ഓഷോ ധ്യാനോത്സവം

Nadakkavu, Kozhikode, Kerala
Tel:0495–4020666
www. insightpublica. com
e-mail: insightpublica@gmail. com
Title: **Athe PArayuka!**
(Malayalam)
Author: **Osho**
First Insight Edition: September 2023

ISBN 978-93-5517-435-2
Printed and Published by
Insightinpublica Printers & Publishers Ltd.

ഓഷോ

അതേ പറയുക!

INSIGHT PUBLICA®

ഓഷോ ധ്യാനോത്സവം
പരമ്പരയിലെ പന്ത്രണ്ട് പുസ്തകങ്ങൾ

1. **അസ്തിത്വത്തിന് സമർപ്പണം ചെയ്യുക**
   Surrender to Existence

2. **അതെ പറയുക!**
   Say Yes!

3. **പ്രേമം ഒരു സ്വതന്ത്ര പക്ഷിയാകുന്നു**
   Love is a Free Brid

4. **ജീവിതം ഒരു വരദാനമാകുന്നു**
   Life is a Gift

5. **ഭൂമിയിൽ അപരിചിതൻ**
   Stranger to the Earth

6. **സ്വയം ഒരു ദീപമായിത്തീരുക**
   Be a lamp unto yourself

7. **നാം സ്വയം പറക്കുന്നു**
   Alone we Fly

8. **ആപത്കരമായി ജീവിക്കുക**
   Live Dangerously

9. **ഭയമില്ലായ്മ ഞാൻ പഠിപ്പിക്കുന്നു**
   I teach Fearlessness

10. **നിങ്ങളുമായി ഒന്നായിത്തീരുക**
    Become one with yourself

11. **സമുദ്രത്തിൽ ഒരു മഞ്ഞുതുള്ളി**
    A Dewdrop in the Ocean

12. **ധ്യാനം: ഒരു ആനന്ദഹർഷം**
    Meditation: An Ecstasy

ധ്യാനിക്കുക, പ്രാർത്ഥിക്കുകയും
കാത്തിരിക്കുകയും ചെയ്യുക.
യാതൊന്നും ഇച്ഛിക്കാതിരിക്കുക,
കാരണം നിങ്ങളുടേതായ
സർവ്വശക്തിയേക്കാളും മഹത്തായ ശക്തി
നിങ്ങളിലുണ്ട്.
എന്നാൽ അത് പ്രവർത്തിക്കുന്നത്
നിങ്ങളുടെ ഇച്ഛ വിശ്രമിക്കുമ്പോൾ മാത്രമാണ്.

മുഖവുര

വരും താളുകളിൽ കാണുന്ന വാക്കുകൾ ബോധ പ്രാപ്തനായ മഹാഗുരു ഓഷോ തന്റെ ശിഷ്യന്മാരോടും ഇന്ത്യയിലെ അദ്ദേഹത്തിന്റെ പൂന ആശ്രമം സന്ദർശിച്ച മറ്റു സാധകരോടുമായി ചെയ്ത പ്രഭാഷണങ്ങളിൽ നിന്നും എടുത്തിട്ടുള്ളതാണ്. ഫോട്ടോകളിൽ അധികവും ആശ്രമത്തിനകത്തുനിന്ന് എടുത്തിട്ടുള്ളവയാണ്: ഓഷോ തന്റെ ശിഷ്യരോടും അതിഥികളോടുമൊപ്പമുള്ളവ, സാധകർ ധ്യാനം ചെയ്യുകയോ മറ്റു പ്രവർത്തനങ്ങളിലേർപ്പെടുകയോ അല്ലെങ്കിൽ വെറുതെ വർത്തിക്കുകയോ ചെയ്യുന്നവ. (പൂന ഓഷോ മെഡിറ്റേഷൻ റിസോർട്ടിൽ നിന്നുള്ള ഫോട്ടോകൾ കൂടാതെ ഓഷോ ദം (ഡൽഹി), ഓഷോ നിസർഗ, (ഹിമാചൽപ്രദേശ്), ഓഷോ തവോവൻ (നേപ്പാൾ), രജനീഷ്പുരം (അമേരിക്ക), മേസ്കോ ഉൾപ്പെടെയുള്ള ചില വിദേശനഗരങ്ങളിൽ നടന്ന മെഡിറ്റേഷൻ ക്യാമ്പുകൾ, കേരളത്തിൽ നടന്ന ചില ഓഷോ ഇവന്റുകളുടെയും ക്യാമ്പുകളുടെയും ഫോട്ടോകൾ ഈ മലയാളം പതിപ്പിൽ ഉൾപ്പെടുത്തിയിട്ടുണ്ട്.)

ഓഷോ നിർദ്ദേശിച്ചിട്ടുള്ളത് ഈ പുസ്തകം താഴെ പറയുന്ന രീതിയിൽ ഉപയോഗിക്കുകയാണെങ്കിൽ വായനക്കാർക്കത് ഏറ്റവും കൂടുതൽ പ്രയോജനകരമായിരിക്കും എന്നാണ്- അതായത് ഓരോ പ്രഭാതത്തിലേക്കും ക്രമപ്പെടുത്തിയിട്ടുള്ള ഭാഗങ്ങൾ രാവിലെ ഉണർന്നെഴുന്നേൽക്കുമ്പോൾ തന്നെ-മനസ്സ് ദിവസേനെയുള്ള മറ്റു പ്രവൃത്തികളിൽ വ്യാപൃതമാകുന്നതിന് മുൻപ് വായിക്കുക.

ഒരാൾ ഉറങ്ങുന്നതിന് മുൻപ് അയാളുടെ മനസ്സിലുള്ള അവസാനത്തെ ചിന്ത തന്നെയായിരിക്കും ഉണർന്നെഴുന്നേൽക്കുമ്പോഴും അയാളുടെ ആദ്യത്തെ ചിന്ത എന്ന് പറയപ്പെടുന്നു. ഒരുപക്ഷെ നമ്മളിൽ ഭൂരിപക്ഷവും ഉറക്കത്തിലേക്ക് പതിക്കുന്നത്, ഒരു ടെലിവിഷൻ സീരിയലിലെ പ്രതിബിംബങ്ങളും കഴിഞ്ഞുപോയ ദിവസത്തെക്കുറിച്ചുള്ള വേവലാതികളും അടുത്ത് വരാനിരിക്കുന്ന ദിവസത്തെക്കുറിച്ചുള്ള ആകാംക്ഷകളും എല്ലാംകൂടി കുഴഞ്ഞു മറിഞ്ഞ മനസ്സുകളുമായിട്ടായിരിക്കും. നമ്മളിൽ പലർക്കും ഉറക്കത്തിലേക്ക് കടക്കുവാൻ തന്നെ കഴിയാത്ത അത്രയും വിഷമങ്ങളുണ്ട്. പ്രദോഷത്തിലേക്ക് വേണ്ടി തെരഞ്ഞെടുത്തിട്ടുള്ള ഭാഗങ്ങൾ രാത്രി ഉറങ്ങുന്നതിനു മുമ്പായി വായിക്കുക.

പന്ത്രണ്ട് പുസ്തകങ്ങളുടെ ഈ പരമ്പര മുപ്പത്തിയൊന്ന് ദിവസങ്ങളുള്ള പന്ത്രണ്ട് മാസങ്ങളായി വിഭജിച്ചിരിക്കുന്നു. 'മാസം ഒന്ന്', കലണ്ടർ വർഷം തുടങ്ങുന്ന മാസം തന്നെ ആയിരിക്കണമെന്നില്ല; അത് നിങ്ങൾ വായിക്കാൻ തുടങ്ങുന്ന ആദ്യത്തെ മാസമാണ്. ഉദ്ധരണികൾ ക്രമത്തിൽ തന്നെയാണ് വായിക്കേണ്ടത്, ഏതെങ്കിലും ഒന്ന് തെരഞ്ഞെടുത്താൽ പോരാ. കാരണം ജിവിതത്തെക്കുറിച്ചുള്ള ധാരണ മാസംതോറുമാണ് ഓഷോ വികസിപ്പിച്ചു കൊണ്ടുവരുന്നത്.

ഓരോ ദിവസത്തിനും ഒരു പ്രത്യേക വിഷയതന്തു ഉണ്ടായിരിക്കുകയും പ്രഭാതത്തിലെയും പ്രദോഷത്തിലെയും മനനവിഷയങ്ങൾ പരസ്പരം പൂരകമാ

യിരിക്കുകയും ചെയ്യുന്ന വിധത്തിലാണ് പുസ്തകം രൂപകല്പന ചെയ്തിട്ടുള്ളത്.

പ്രഭാതമനനങ്ങൾക്ക് വേണ്ടി തെരഞ്ഞെടുക്കപ്പെട്ട ഉദ്ധരണികൾ ഉന്മേഷദായകവും ചിന്തോദ്ദീപകവുമാണ്- എല്ലായ്പ്പോഴും, വരാനിരിക്കുന്ന ദിവസത്തിലേക്കുള്ള ഒരു സമ്പൂർണവും സജീവവുമായ പങ്കാളിത്തം സാധ്യമാക്കുന്നത്. താരതമ്യേന നോക്കിയാൽ പ്രദോഷത്തിലേക്കായുള്ള ഓഷോയുടെ വാക്കുകൾ വായനക്കാരെ വിശ്രാന്തിയുടെ, വികസനത്തിന്റെ, വിലയനത്തിന്റെ, അസ്തിത്വത്തോട് പൊരുത്തപ്പെടുന്നതിന്റെ സാംഗത്യത്തെ ഓർമ്മപ്പെടുത്തുന്നു.

ഈ ഉദ്ധരണികൾ വായിക്കുന്നതു തന്നെ സ്വയമേവ ഒരു മനനരൂപമാണ്. ഓഷോ പറഞ്ഞിട്ടുള്ളതുപോലെ, ഒരു ഋഷിവചനം അംഗീകരിക്കപ്പെടുകയോ നിരാകരിക്കപ്പെടുകയോ ചെയ്യുമ്പോഴും, ഒരുതരത്തിലുമുള്ള സിദ്ധാന്തത്തിന്റെയും ഭാഗമല്ല അത്.വായനക്കാരോട് ഒരു അനുയായിയോ വിശ്വാസിയോ ആകുവാൻ അതാവശ്യപ്പെടുന്നില്ല. വാസ്തവത്തിൽ പ്രസക്തമായിട്ടുള്ളത് ആ വാക്കുകൾ പോലുമല്ല, മറിച്ച് ആ വാക്കുകൾ എന്തിനെയാണോ സംവഹിക്കുന്നത് അതാണ് പ്രസക്തമായിട്ടുള്ളത്.

അദ്ദേഹം വിശദീകരിക്കുന്നു: ''വാക്കുകൾ (ഋഷിവര്യന്റെ വാക്കുകൾ) അവയ്ക്കു ചുറ്റും ഒരു നിശ്ശബ്ദതയെ സംവഹിക്കുന്നു. അദ്ദേഹത്തിന്റെ വാക്കുകൾ ശബ്ദായമാനമല്ല. അദ്ദേഹത്തിന്റെ വാക്കുകൾക്ക് ഒരു സ്വരമാധുര്യമുണ്ട്, ഒരു താളം, ഒരു സംഗീതം; അദ്ദേഹത്തിന്റെ വാക്കുകളുടെ അകക്കാമ്പിൽ തികഞ്ഞ നിശ്ശബ്ദതയാണുള്ളത്. നിങ്ങൾക്ക് ആ വാക്കുകളിലേക്ക് കടന്നുകയറി ചെല്ലാനാകുമെങ്കിൽ അനന്തമായ നിശ്ശബ്ദതയെ നിങ്ങൾ അഭിമുഖീകരിക്കാനിടവരും.''

''എന്നാൽ ഒരു ബുദ്ധന്റെ വാക്കുകളിലേക്ക് കടന്നു കയറി ചെല്ലുവാനുള്ള മാർഗ്ഗം അപഗ്രഥനമല്ല, വാദപ്രതിവാദവുമല്ല, ചർച്ചചെയ്യലുമല്ല. അതിനുള്ള

മാർഗ്ഗം അദ്ദേഹവുമായി ഒരു ഭാവലയത്തിൽ വീഴ ലാണ്, അദ്ദേഹവുമായുള്ള ഒരു സ്വരച്ചേർച്ചയിൽ, ഒരു ഭാവൈക്യത്തിൽ എത്തിച്ചേരലാണ്. ആ സ്വരച്ചേ ർച്ചയിൽ, ആ ഒന്നായിത്തീരലിൽ, ഒരുവൻ ഗുരുവ ചനങ്ങളുടെ ഉള്ളറയിലേക്ക് പ്രവേശിക്കുന്നു. അവിടെ നിങ്ങൾ ഒരു ശബ്ദവും, ഒരു സ്വരവും കേൾക്കുക യില്ല; അവിടെ നിങ്ങൾ കണ്ടെത്തുക തികഞ്ഞ നിശ്ശബ്ദതയായിരിക്കും. അത് തിരിച്ചറിയുക എന്ന താണ് ഗുരുവിനെ ഗ്രഹിക്കൽ.''

വാക്കിന്റെ അർത്ഥമല്ല പ്രധാനം, ഓർക്കുക, മറിച്ച് ആ വാക്കിലെ നിശ്ശബ്ദതയാണ്. ''ഞാൻ നിങ്ങളോട് പറയുന്ന കാര്യങ്ങൾ നിങ്ങളുടെ ജീവിതത്തിൽ ഒരു യാഥാർത്ഥ്യമായി തീർന്നുകൊണ്ടിരിക്കുകയാണെ ങ്കിൽ നിങ്ങൾ എന്റെ വാക്കുകളെ ഓർക്കുന്നുവോ ഇല്ലയോ എന്നുള്ളത് ആര് ഗൗനിക്കുന്നു? അത് ഓർക്കാതിരിക്കുന്നത് തികച്ചും ശരിതന്നെ; വാക്കു കളുടെ ഏതെങ്കിലും തരത്തിലുള്ള സ്മരണ ഒരു തടസ്സമായിരിക്കും. പരിശുദ്ധമായ അർത്ഥം മാത്രം നിങ്ങളുടെ സത്തയുടെ അത്യഗാധമായ കാമ്പിലേക്ക് വ്യാപിക്കട്ടെ, അവിടെ വാക്കുകൾക്ക് എത്തിച്ചേരാ നാവില്ല, അവിടെ വാഗ്രഹിതമായ അർത്ഥത്തിന് മാത്രമേ പ്രവേശിക്കുവാൻ സാധ്യമാകു.''

വാസ്തവത്തിൽ, അദ്ദേഹത്തിന്റെ വാക്കുകൾ വായിക്കുക എന്നത് ഏതെങ്കിലും തരത്തിലുള്ള മനോ വ്യായാമത്തിലേർപ്പെടുക എന്നതിനേക്കാളേറെ സംഗീതം ശ്രവിക്കുന്നതിനോടാണ് സമാനമായിട്ടു ള്ളത്. സംഗീതം ശ്രവിച്ചുകൊണ്ടിരിക്കൽ- അല്ലെങ്കിൽ വീഞ്ഞ് നുണഞ്ഞുകൊണ്ടിരിക്കൽ: ഒന്ന് മൊത്തുക, മണപ്പിച്ചു നോക്കുക. ആ സ്വാദ് നിങ്ങളുടെ ആദ്ധ്യാ ത്മിക രുചി മണ്ഡലത്തെ തൊട്ടുണർത്താൻ അനു വദിക്കുക.

പ്രേം മനീഷ

ഓഷോ ധ്യാനോത്സവം

മാസം രണ്ട്

പ്രഭാത ചിന്താവിഷയം

നമ്മുടെ അകക്കണ്ണുകൾ
പൊടിപടലങ്ങളാൽ മൂടിപ്പോയിരിക്കുന്നു

പ്രദോഷ ചിന്താവിഷയം

അതേ പറയുക!

പ്രഭാതമനനം

മനുഷ്യൻ ഒരു സത്തയല്ല, മറിച്ച് ഒരു പാലമാണ്. മൃഗങ്ങൾക്ക് സത്തയുണ്ട്, ബുദ്ധന്മാർക്കും സത്തയുണ്ട്, എന്നാൽ മനുഷ്യൻ ഒരു പാലം മാത്രമാണ്. അവന് ഒരു സത്തയില്ല. അവൻ ഒരു ആയിത്തീരലാകുന്നു. അവൻ ആയിത്തീർന്നുകൊണ്ടേയിരിക്കുന്നു, മാറിക്കൊണ്ടേയിരിക്കുന്നു, ഒരു ഘട്ടത്തിൽ നിന്ന് മറ്റൊന്നിലേയ്ക്ക് നീങ്ങിക്കൊണ്ട്. അവൻ ഒരു യാത്രയാണ്, ഒരു തീർത്ഥയാത്ര.

ഇത് ഓർത്തിരിക്കേണ്ടതാണ്: ഒരുവൻ ബോധപ്രാപ്തനായിത്തീരുന്നതുവരെ.....അതിനുമുമ്പ് ഒരിക്കലും സംതൃപ്തനാകരുത്. അവസാനനിമിഷം നിങ്ങൾ ഒരു പ്രകാശമായി വിസ്ഫോടനം ചെയ്യുന്നതുവരെ, നിങ്ങൾ വെളിച്ചമായിത്തീരുന്നതുവരെ, നിങ്ങളുടെ സത്ത വെളിച്ചമായിത്തീരുന്നതുവരെ ദൈവികമായ അസംതൃപ്തിയിൽ നിലകൊള്ളുക.

പ്രദോഷമനനം

ആളുകൾ ദുഃഖിതരായിരിക്കുന്നത് അവർ അസ്തിത്വത്തെ പ്രതിരോധിക്കാൻ തീരുമാനിച്ചതുകൊണ്ടാണ്. ഈ നിമിഷം മുതൽ പ്രതിരോധം വേണ്ടെന്നുവെയ്ക്കുക, വിശ്രാന്തരാവുക, അതായത് ഒരു 'ലെറ്റ്-ഗോ'യിൽ വർത്തിക്കുക. നിങ്ങളുടെ ജീവിതത്തിന്റെ മുഴുവൻ ഉത്തരവാദിത്വവും അസ്തിത്വത്തിന് വിട്ടുകൊടുക്കുക; അപ്പോൾ ജീവിതത്തിന് തികച്ചും വ്യത്യസ്തമായ ഒരു രുചിഭേദമുണ്ടാകുന്നു. അപ്പോൾ പരമാനന്ദം ശ്വാസോച്ഛ്വാസംപോലെ സ്വഭാവികമായിരിക്കും.

2

പ്രഭാതമനനം

നൈസർഗ്ഗികനായിരിക്കുക എന്നുവെച്ചാൽ വർത്തമാനകാലത്തോട് ഉത്തരവാദിത്വമുള്ളവനായിരിക്കുക എന്നാണർത്ഥം. ആളുകൾ ഭൂതകാലത്തിന് കീഴ്വഴങ്ങിയിരിക്കുന്നു. ജീവിതം ഓരോ നിമിഷവും മാറിക്കൊണ്ടേയിരിക്കുകയാണ്. എന്നാൽ മനസ്സ് ഭൂതകാലത്തിനോട് അള്ളിപ്പിടിച്ചുകൊണ്ടിരിക്കുന്നു.

മനസ്സും ജീവിതവും തമ്മിൽ ഒരു വിടവ് ഉണ്ട്. മനസ്സിൽ നിന്ന് വരുന്ന ഒന്നുംതന്നെ ഒരിക്കലും യഥാർത്ഥമായ ഒരു പ്രതികരണമാകുവാൻ പോകുന്നില്ല; അത് പ്രതിപ്രവർത്തനം മാത്രമാണ്, അത് എപ്പോഴും മതിയാകാതെ വരികയും ചെയ്യുന്നു, അതിന് ലക്ഷ്യത്തിലെത്താൻ സാധ്യമല്ല, അത് ഒന്നുകിൽ മേല്പ്പോട്ടോ, അല്ലെങ്കിൽ കീഴ്പ്പോട്ടോ പോകുന്നു. ലക്ഷ്യം വർത്തമാനമാണ്, എന്നാൽ അയക്കപ്പെടുന്നത് ഭൂതകാലത്തിനാലാണ്, അതിന് ഭാവിയെക്കുറിച്ചൊന്നുമറിയില്ല, അതിന് വർത്തമാനത്തെക്കുറിച്ചൊന്നുമറിയില്ല. നൈസർഗ്ഗികനായിരിക്കുകയെന്നാൽ നിമിഷംപ്രതി ജീവിക്കുക, ഉള്ളതെന്തോ അതിനോട് പ്രതികരിക്കുക, യാതൊരു മുൻവിധിയും കൂടാതെ, മനസ്സിനെക്കൂടാതെ, ഭൂതത്തെയോ ഭാവിയെയോ കൂടാതെ, യാതൊരുകാലത്തെയും കൂടാതെ പ്രതികരിക്കുക എന്നർത്ഥം. അപ്പോൾ പൊടുന്നനെ ഒരു സംഗമം ഉണ്ടാകുന്നു - നിങ്ങളും അസ്തിത്വവും തമ്മിലുള്ള സംഗമം. ആ സംഗമമാണ് പരമാനന്ദം, ആ സംഗമമാണ് ദൈവം.

2

പ്രദോഷമനനം

എല്ലാം അസ്തിത്വത്തിൽ നിന്നുള്ള ഒരു വരദാനമാണ്. നാം ഒന്നും അർഹിക്കുന്നില്ല, നാം ഒന്നിനും യോഗ്യരല്ല. അസ്തിത്വം നമുക്ക് ജീവിതം നൽകുന്നു, പ്രേമിക്കാനുള്ള പ്രാപ്തി, സൗന്ദര്യാനുഭവത്തിനുള്ള ശേഷി, സത്യം കണ്ടെത്തുവാനുള്ള കഴിവ്, എല്ലാം. നാം കൊള്ളാവുന്നവരായതുകാണ്ടല്ല, നാം അതെല്ലാം അർഹിക്കുന്നതു കൊണ്ടല്ല, മറിച്ച് അതിന് ആവശ്യത്തിലേറെ എല്ലാം ഉള്ളതുകൊണ്ട്.

അത് മഴ നിറഞ്ഞുനിൽക്കുന്ന ഒരു മേഘം പോലെയാണ്; അതിന് പെയ്തൊഴിയേണ്ടതുണ്ട്. അതിന്റെ സമൃദ്ധിയിൽ നിന്നാണ് നമുക്ക് അത് ലഭിക്കുന്നത്. അനർഘമായ പരിമളമുള്ള ഒരു പുഷ്പം പോലെയാണത്: അത് കാറ്റിലേയ്ക്ക് തുറന്നുവിടാതെ തരമില്ല. അത് ആദിയോ അന്തമോ ഇല്ലാത്ത ഒരു പ്രകാശം പോലെയാണ്. അത് പങ്കുവെക്കപ്പെടേണ്ടതുണ്ട്; അല്ലെങ്കിൽ അതൊരു ഭാരമായിത്തീരും.

പ്രഭാതമനനം

ആളുകൾ ജീവിക്കുന്നത് ചില ആശയങ്ങളോടുകൂടിയാണ്: അവർക്ക് ഇത് നേടണം, അത് നേടണം, ഇതായിത്തീരണം, അതായിത്തീരണം. ഇത് അവരെ സംഘർഷഭരിതരാക്കുന്നു. ആ സംഘർഷം തന്നെയാണ് ദുഃഖത്തിനുള്ള കാരണവും. അത്രയധികം സംഘർഷഭരിതരായിരിക്കുന്നതിനാൽ അവർക്ക് വിശ്രാന്തരാകുവാനും കഴിയുന്നില്ല, അവർക്ക് വിശ്രമിക്കാനാവുന്നില്ല; അവർ ഉറക്കത്തിൽ തിരിഞ്ഞുംമറിഞ്ഞും കഴിഞ്ഞുകൂടുന്നു. അവധി ദിവസങ്ങളിൽപ്പോലും ഏതെങ്കിലും തരത്തിലുള്ള ചില അസംബന്ധങ്ങളാൽ അവർ വ്യാപൃതരായിത്തീരുന്നു.

ഇതൊരു വിചിത്രമായ ലോകമാണ്...ഇവിടെ ആളുകൾക്ക് വിശ്രമം വേണ്ടതിനെക്കുറിച്ച് അവർ സംസാരിക്കുന്നു. എങ്കിലും ജീവിതകാലം മുഴുവനും അവർ ചെയ്തു കൊണ്ടിരിക്കുന്ന കാര്യങ്ങൾ അവരെ കൂടുതൽക്കൂടുതൽ അശ്രാന്തരാക്കി തീർക്കുകയാണ്. ഒരു ദിനം വിരമിക്കുമെന്നും അപ്പോൾ എല്ലാ കാര്യങ്ങളും ശരിയാകുമെന്നും അവർ പ്രതീക്ഷിക്കുന്നു. എന്നാൽ വിരമിക്കുമ്പോഴേയ്ക്കും വിശ്രമരാഹിത്യത്തിന്റേതായ ഒരുപാട് ശീലങ്ങൾ അവർ സമ്പാദിക്കുകയും വളരെ സങ്കീർണ്ണമായ ഒരു ഇതികർത്തവ്യതയിലേയ്ക്ക് അവരെത്തിച്ചേരുകയും ചെയ്യുന്നു: ഈ വിരമിക്കലിനോടു കൂടി താൻ എന്താണ് ചെയ്യേണ്ടത്?

ഭാവിയിൽ ധ്യാനം കൂടുതൽക്കൂടുതൽ പ്രാധാന്യമുള്ളതായിത്തീരുവാൻ പോവുകയാണ്. കഴിഞ്ഞ

കാലത്ത് ഒരിക്കലും അത് ഇത്രയും പ്രധാനമായിരുന്നിട്ടില്ല. ഭാവിയിൽ അത് വളരെയേറെ പ്രധാനമാകുവാൻ പോവുകയാണ്. ഭാവിമാനവരാശിക്ക് സന്യാസം മാത്രമാണ് ഒരേയൊരു മാർഗ്ഗമായിത്തീരുവാൻ പോകുന്നത്, എന്തുകൊണ്ടെന്നാൽ എങ്ങനെ വിനോദാത്മകമായി വർത്തിക്കാം, എങ്ങനെ വിശ്രമപൂർണ്ണരായി വർത്തിക്കാം, എങ്ങനെ യാതൊരു ലക്ഷ്യവുമില്ലാതെയും എന്നിട്ടും സന്തോഷവാനായിക്കൊണ്ടും വർത്തിക്കുവാൻ കഴിയുമെന്ന് അത് നിങ്ങളെ പഠിപ്പിക്കും.

പ്രദോഷമനനം

ഭാവിയിൽ എവിടെയോ സംഭവിക്കുവാനുള്ള എന്തോ ഒന്നല്ല പരമാനന്ദം; അത് തന്നെയാണ് ഇപ്പോഴുമുള്ള അവസ്ഥ. നമുക്ക് അതുമായുള്ള ബന്ധം വിച്ഛേദിക്കപ്പെടുക മാത്രമാണുണ്ടായിരിക്കുന്നത്. അതിപ്പോഴും അടിയൊഴുക്കായി അവിടെയുണ്ട്. പക്ഷെ നിങ്ങളെ എങ്ങനെ അതിനോട് കൂട്ടിയോജിപ്പിക്കാം എന്നത് നിങ്ങൾ മറന്നു പോയിരിക്കുന്നു. നിങ്ങൾക്ക് ആ പ്ലഗ് കണക്ഷൻ ഇല്ലാതായിത്തീർന്നിരിക്കുന്നു. ആഹ്ലാദത്തിന്റെ, ആനന്ദത്തിന്റെ, ശാന്തിയുടെ, സ്നേഹത്തിന്റെ, സ്വരലയത്തിന്റെ, ആ അന്തർധാരയോട് വീണ്ടും നിങ്ങളെ പ്ലഗ് ചെയ്ത് ബന്ധിപ്പിക്കുക എന്നതാണ് എന്റെ മുഴുവൻ പരിശ്രമവും. ധ്യാനമെന്നത് നിങ്ങളെ വീണ്ടും കൂട്ടിയോജിപ്പിക്കുവാനുള്ള, നിങ്ങളുടെ സ്വന്തം പ്രകൃതത്തിൽ എത്തിച്ചേരേണ്ടത് എങ്ങനെയാണെന്ന ആശയം നിങ്ങൾക്ക് നൽകുവാനുള്ള ഒരു രീതിശാസ്ത്രം മാത്രമാണ്.

പ്രഭാതമനനം

സമൂഹം എല്ലാവരിലും കൃത്രിമത്വം അടിച്ചേൽപ്പിക്കുന്നു. അതിനെ അവർ സംസ്ക്കാരം, നാഗരികത, വിദ്യാഭ്യാസം എന്നെല്ലാം പേരു വിളിക്കുന്നു. അവരതിന് വലിയ വലിയ പേരുകൾ നൽകുന്നു, പക്ഷെ യഥാർത്ഥമായ കാര്യമെന്തെന്നാൽ അത് നിങ്ങളെ കൃത്രിമരാക്കുകയാണ്. നിങ്ങളുടെ പ്രകൃതം അടിച്ചമർത്തുവാൻ അത് നിങ്ങളെ പഠിപ്പിക്കുന്നു.

എന്റെ മുഴുവൻ പരിശ്രമവും നിങ്ങളെ വീണ്ടും പ്രകൃത്യാനുസാരികളാകുവാൻ സഹായിക്കുകയാണ്. കാരണം പ്രകൃതിയിലൂടെ മാത്രമേ ഒരുവന് ദൈവത്തിൽ എത്തുവാൻ കഴിയുകയുള്ളൂ. ഒരുവൻ എത്രകണ്ട് കൃത്രിമനായി തീരുന്നുവോ, അത്രകണ്ട് അവൻ ദൈവത്തിൽ നിന്ന് അകലെയാണ്. അതിനാൽ ഇപ്പോൾ ഓർത്തിരിക്കുക: നാഗരികത, സംസ്ക്കാരം, വിദ്യാഭ്യാസം, ഇവയെല്ലാം നിങ്ങൾക്കാവശ്യമായി വരും, എങ്കിലും അവയുമായി താദാത്മ്യപ്പെട്ടു പോകരുത്. അവ വിനോദങ്ങളാണ്. അത് കളിച്ചു കൊണ്ടിരിക്കാം. കാരണം ഒരുവന് മറ്റെല്ലാവരും ആ വിനോദങ്ങളിൽ ജീവിച്ചുകൊണ്ടിരിക്കുന്ന ഒരു സമൂഹത്തിൽ ജീവിക്കേണ്ടതുണ്ട്. എന്നാൽ ഓർത്തിരിക്കുക, അവ കളികളാണ്, അവ യാഥാർത്ഥ്യങ്ങളല്ല. നിരീക്ഷിക്കുക, അങ്ങനെ നിങ്ങൾ അവയുമായി താദാത്മ്യം പ്രാപിക്കാതിരിക്കുക, അവ ആവശ്യമില്ലാത്ത സമയങ്ങളിൽ പ്രകൃത്യാനുസാരിയായിരിക്കുവാനും ശ്രദ്ധിക്കുക.

പ്രദോഷമനനം

ജീവിതം ഒരു വരദാനമാണ്, ജനനം ഒരു വരദാനമാണ്, പ്രണയം ഒരു വരദാനമാണ്, മരണവും ഒരു വരദാനമാണ്. എങ്ങനെ അത് ആസ്വദിക്കണമെന്ന് നമുക്കറിയാമെങ്കിൽ, എല്ലാം ഒരു വരദാനമാണ്; ആസ്വദിക്കുന്നതെങ്ങനെ എന്ന് അറിഞ്ഞുകൂടായെങ്കിൽ, അപ്പോൾ ജീവിതത്തിൽ പരാതികളും പരാതികളും മാത്രമേയുണ്ടാവുകയുള്ളൂ.

രണ്ടുതരത്തിലുള്ള ആളുകളാണുള്ളത്: എന്താണോ ഉള്ളത്, എന്താണോ തങ്ങൾക്ക് നൽകപ്പെട്ടിരിക്കുന്നത്, അതിനെ ആസ്വദിക്കുവാൻ അറിയുന്നവർ; യാതൊരു ആസ്വാദനബോധവുമില്ലാത്തവർ. അവർ എപ്പോഴും നിന്ദിച്ചുകൊണ്ടിരിക്കുന്നു, പരാതിപ്പെട്ടുകൊണ്ടിരിക്കുന്നു, ഇനിയും കൂടുതൽകൂടുതലിന് വേണ്ടി ആവശ്യപ്പെട്ടുകൊണ്ടിരിക്കുന്നു. ഒന്നാമത്തെ വിഭാഗത്തിൽപ്പെട്ടവർക്കുമാത്രമേ മതാത്മകരായിത്തീരുവാൻ കഴിയൂ; രണ്ടാമത്തെ കൂട്ടർക്ക് മതാത്മകരാകാൻ സാദ്ധ്യമല്ല. ആ രണ്ടാമത്തെ കൂട്ടർ ഇന്നല്ലെങ്കിൽ നാളെ ദൈവത്തെ നിരാകരിക്കുമെന്നത് തീർച്ചയാണ്. കാരണം നിങ്ങളുടെ ആഗ്രഹങ്ങളെ നിറവേറ്റിത്തരാത്ത ഒരു ശത്രുവായിത്തീരും ദൈവം. ഈ കൂട്ടരാണ്, ''മനുഷ്യൻ ഇച്ഛിക്കുന്നു. ദൈവം കല്പിക്കുന്നു'' എന്ന പഴഞ്ചൊല്ല് ഉണ്ടാക്കിയിരിക്കുന്നത്. ഈ പഴഞ്ചൊല്ല് മതാത്മകരല്ലാത്ത ആളുകളാൽ സൃഷ്ടിക്കപ്പെട്ടതാണ്. അവർ എപ്പോഴും നിരാശാഭരിതരാണ്, സംഭവിക്കുന്നതെല്ലാം അവർക്ക് തെറ്റാണ്. അതൊരിക്കലും വേണ്ടിടത്തോളമാകുന്നില്ല, അതൊരിക്കലും സംതൃപ്തി നല്കുന്നില്ല, അവരുടെ ഹൃദയത്തിന് അതൊരിക്കലും തൃപ്തമാകുന്നില്ല. അത് എപ്പോഴും വേണ്ടത്രയാകാതെ

പോകുന്നു. അവർ ദുഃഖത്തിലാണ് ജീവിക്കുന്നത്. കാരണം എപ്പോഴും ഒരു മുറുമുറുപ്പാണ്. തങ്ങൾക്ക് എന്തോ നിഷേധിക്കപ്പെട്ടതു പോലെ. എങ്ങനെ അവർക്ക് കൃതജ്ഞതാബോധമുണ്ടാകും? കൃതജ്ഞതയില്ലാതെ പ്രാർത്ഥനയുമില്ല, പ്രാർത്ഥനയില്ലാതെ മതവുമില്ല.

പ്രഭാതമനനം

ഈ രണ്ടു കാര്യങ്ങൾ, പ്രേമവും ധ്യാനവും, സാധാരണമതങ്ങൾ എന്നു വിളിക്കപ്പെടുന്നവയാൽ വേർപ്പെടുക്കപ്പെട്ടു പോരുന്നു -രണ്ടിനെയും വേർപ്പെടുത്തുകയും വിഭജിക്കുകയും മാത്രമല്ല, ഏതാണ്ട് പരസ്പരവിരുദ്ധങ്ങളാക്കി. നൂറ്റാണ്ടുകളായി മതങ്ങൾ മനുഷ്യരെ പഠിപ്പിച്ചു കൊണ്ടിരിക്കുന്നത്, ‘‘നിങ്ങൾ പ്രണയിക്കുകയാണെങ്കിൽ നിങ്ങൾക്ക് ധ്യാനം നഷ്ടപ്പെടും, അതിനാൽ പ്രണയബന്ധങ്ങളിൽ നിന്ന് വിട്ടു നിൽക്കുക, ഒരു സന്യാസി മഠത്തിലേക്ക് പോവുക, അവിവാഹിതനായി നിലനിൽക്കുക, സന്യാസിയാവുക. പ്രേമം ഒഴിവാക്കുക, പ്രേമത്തിൽ നിന്ന് ഒളിച്ചോടുക, അപ്പോൾ മാത്രമേ നിങ്ങൾക്ക് ധ്യാനത്തിലേയ്ക്ക് എത്തിച്ചേരുവാൻ കഴിയൂ’’ എന്നാണ്. നൂറ്റാണ്ടുകളായുള്ള ശിക്ഷണം ഇതാണ്, അഥവാ നിങ്ങൾക്ക് പ്രേമബന്ധങ്ങളുടെ മാനത്തിലേക്ക് നീങ്ങണമെന്നുണ്ടെങ്കിൽ, അപ്പോൾ ധ്യാനത്തെ സംബന്ധിച്ച് എല്ലാം മറന്നുകളയുക.

മതാനുയായികൾ ലോകത്തെ രണ്ടായി വിഭജിച്ചിരിക്കുന്നു; അവർ ഒരുതരം ഷിസോഫ്രീനിയാ സൃഷ്ടിച്ചിരിക്കുന്നു. പ്രശ്നമെന്തന്നാൽ, മനുഷ്യന് രണ്ടും ആവശ്യമുണ്ട്. ഒന്നുകൊണ്ട് മാത്രം അവന് തൃപ്തിപ്പെടാനാവില്ല. ഒന്നുകൊണ്ട് തൃപ്തിപ്പെടുക അസാധ്യമാണ്. പ്രേമത്തിന് വേണ്ടി ഒരു പ്രത്യേക ആവശ്യമുണ്ട്. അതുപോലെ ജ്ഞാനത്തിനുവേണ്ടിയും ഒരു പ്രത്യേക ആവശ്യമുണ്ട്. പ്രണയം ഉച്ഛ്വാസം പോലെയാണ്; നിങ്ങളുടെ ഊർജ്ജങ്ങൾ ആ മറ്റേ ആളിനെ സംഗമിക്കാനായി പുറത്തേക്ക് പോകുന്നു. ധ്യാനം ശ്വാസം പോലെയാണ്; നിങ്ങളുടെ ഊർജ്ജങ്ങൾ നിങ്ങളുടെ ആഴമേറിയ ഉൾക്കാമ്പിലേക്ക് പോകുന്നു. ഇവ രണ്ടിനെയും യാതൊരു

സംഘട്ടനവും കൂടാതെ സ്വായത്തമാക്കുവാൻ കഴിയുന്നവനാണ് ഏറ്റവും സജീവനായ മനുഷ്യൻ. മനുഷ്യനെ ഇതിനെക്കുറിച്ച് ബോധവാനാക്കുവാൻ നമുക്ക് കഴിയുകയാണെങ്കിൽ, ഒരു നൂറ് മാനസിക പ്രശ്നങ്ങളിൽ തൊണ്ണൂറ്റിയൊമ്പതും സ്വാഭാവികമായിത്തന്നെ അപ്രത്യക്ഷമാകും.

പ്രദോഷമനനം

ഉള്ളതായ എല്ലാറ്റിനും വേണ്ടി ദൈവത്തെ സ്തുതിക്കലാണ് പ്രാർത്ഥന. സംശയമറിയാത്ത, ശങ്കകളില്ലാത്ത, യാതൊരു നിഷേധാത്മകതയുമില്ലാത്ത, ‘‘അതേ’’ പറയുന്ന, ഒരു ഹൃദയത്തിന്റെ സമീപനമാണത്. ലോകം ഇത്രയും മനോഹരമായിരിക്കുന്നതിനാൽ അവർക്ക് ആനന്ദനൃത്തമാടുവാൻ കഴിയുന്നു. അത് അത്തരമൊരു വരദാനമാണ്, നാം അതിന് അർഹതപ്പെടുന്നില്ല. നമുക്ക് അതിന് പ്രത്യുപകാരം ചെയ്യുവാനാവില്ല, ആ കടപ്പാട് തിരിച്ചു വീട്ടാനാവില്ല; നമുക്ക് ആകെ ചെയ്യാൻ കഴിയുന്നത് സ്തുതിക്കുക മാത്രമാണ്. നമുക്ക് ‘ഹല്ലേലൂയാ’ പാടാം! ഒരുവൻ ഒരു പൂർണ്ണമായ ‘ഹല്ലേലൂയാ’ ആയിത്തീരുകയാണെങ്കിൽ മറ്റൊന്നും ആവശ്യമില്ലതാനും. അപ്പോൾ എല്ലാം സാധ്യം ആകുന്നു, അപ്പോൾ അസാധ്യം പോലും സാധ്യം ആകുന്നു.

അതിനാൽ പ്രാർത്ഥനയായിരിക്കട്ടെ നിങ്ങളുടെ പാത. ഏതെല്ലാം രീതികളിൽ അത് സാധ്യമാണോ, ആ രീതികളിലെല്ലാം സ്തുതിക്കുക, ഒരിക്കലും പരാതിപ്പെടരുത്. പരാതിപ്പെടുന്ന മനസ്സിനെ ഉപേക്ഷിക്കുക. അതൊരു തീരുമാനത്തിന്റെ പ്രശ്നം മാത്രമാണ്. ഒരിക്കൽ തീരുമാനമെടുത്തു കഴിഞ്ഞാൽ ഒരുവൻ തന്റെ പരാതി പറയുന്ന മുമ്പത്തെ ശീലം ഒഴിവാക്കാൻ തുടങ്ങുന്നു; ഊർജ്ജം മുഴുവനും സ്തുതിയിൽ നീങ്ങുവാൻ തുടങ്ങുന്നു. സ്തുതി അനുഗ്രഹങ്ങൾ, ആശീർവാദങ്ങൾ കൊണ്ടുവരുന്നു. സാധ്യമായിട്ടുള്ള രീതികളിലെല്ലാം സ്തുതിക്കുക: സൂര്യാസ്തമയത്തെ സ്തുതിക്കുക, കാർമേഘങ്ങളെ സ്തുതിക്കുക, വൃക്ഷങ്ങളെയും പക്ഷികളെയും മനുഷ്യരെയും സ്തുതിക്കുക. സ്തുതിക്കുന്നതിൽ ഒരു പിശുക്കും വേണ്ടതില്ല. ഹൃദയപൂർവ്വം, സാധ്യമായത്രയും സമ്പൂർണ്ണമായി സ്തുതിക്കുക. അത് നിങ്ങളെ

അസ്തിത്വവുമായി കൂടുതൽ കൂടുതൽ അടുപ്പിച്ചു കൊണ്ടുവരികയും ചെയ്യും. അത് ആ പാലമായിത്തീരും. അസ്തിത്വത്തിലേയ്ക്കുള്ള ഏറ്റവും ദൈർഘ്യം കുറഞ്ഞ വഴിയാണത്. ധ്യാനം ഒരു ദീർഘമായ പാതയാണ്, പ്രാർത്ഥന ഒരു കുറുക്കുവഴിയും.

പ്രഭാതമനനം

വെറും നിലനിൽപ്പ് ജീവിതമല്ല. ആളുകൾ വെറുതെ നിലനിൽക്കുക മാത്രമേ ചെയ്യുകയുള്ളൂ. സസ്യങ്ങളെപ്പോലെ, എങ്ങനെയോ അതിജീവനം നടത്തുന്നു. അതിജീവനത്തിന് ഭക്ഷണവും പാർപ്പിടവും മതിയാകും; എന്നാൽ അതിന് യാതൊരു മഹിമയും, യാതൊരു മനോഹാരിതയും ഉണ്ടാവുകയില്ല. നിങ്ങളുടെ ആന്തരികാകാശം തികച്ചും അന്ധകാരാവൃതമായി നിലകൊള്ളും. നക്ഷത്രങ്ങളുണ്ടാവില്ല, ഒരു പൗർണ്ണമി രാത്രിയും വന്നെത്തുകയുമില്ല.

സർവ്വകലാശാലകളിലൂടെ, പള്ളികളിലൂടെ, പുരോഹിതന്മാരിലൂടെ, രാഷ്ട്രീയക്കാരിലൂടെ, പുറമേ നിന്ന് പഠിപ്പിച്ച് വിടുന്ന എല്ലാ അസംബന്ധങ്ങൾക്കുമെതിരെ ഒരുവൻ കലാപം കൂട്ടേണ്ടിയിരിക്കുന്നു. ഓരോ കാര്യത്തിനുമെതിരെ അവന് കലാപം ഉണ്ടാക്കേണ്ടി വരുന്നു. അത് ഒരു ദീർഘദീർഘമായ ഗൂഢാലോചനയാണ്, വളരെ ആഴത്തിൽ വേരുറച്ചു പോയിട്ടുള്ളത്. കലാപം എന്നാൽ ഭൂതകാലത്തെ മുഴുവൻ ഉപേക്ഷിച്ചു കൊണ്ട് യാതൊരു പാരമ്പര്യവും കൂടാതെ, യാതൊരു മനസ്സും കൂടാതെ, യാതൊരു അറിവും കൂടാതെ, വർത്തമാനത്തിൽ ജീവിക്കൽ എന്നാണർത്ഥം: ഒരു കുഞ്ഞിനെപ്പോലെ, നിങ്ങളാണ് ആദ്യത്തെ മനുഷ്യൻ എന്നപോലെ ജീവിക്കൽ....

ഭൂതത്തെ ഉപേക്ഷിക്കുക, അതൊരിക്കലും അവിടെ ഉണ്ടായിരുന്നില്ല എന്നതുപോലെ. എപ്പോഴും (ABC)യിൽ നിന്ന് മുക്തനായി തുടങ്ങുക. അപ്പോൾ നിങ്ങൾക്ക് മനോഹരമായ ഒരു ജീവിതം ഉണ്ടാകും, നിങ്ങൾക്ക് സാഹസികമായ ഒരു ജീവിതം ഉണ്ടാകും. നിങ്ങളുടെ ജീവിതത്തിന് ആനന്ദകരമായ ഒരു ഗുണവിശേഷമുണ്ടാകും.

6

പ്രദോഷമനനം

പ്രാർത്ഥനയാണ് മതത്തിന്റെ അടിത്തറ. സാക്ഷാത്കൃതമായ പ്രാർത്ഥനയാണ് അസ്തിത്വാനുഭവമായിത്തീരുന്നത്. പ്രാർത്ഥനയുടെ വിത്ത് കൃതജ്ഞതയാണ്. കൃതജ്ഞതാഭരിതരായിരിക്കുക, കാരണം അസ്തിത്വത്തിന്റെ വരദാനം അതിമഹത്തരമാകുന്നു, അത് നിരന്തരം നിങ്ങൾക്കുമേൽ വർഷിച്ചു കൊണ്ടിരിക്കുകയും ചെയ്യുന്നു. എന്നാൽ നാം അത് ഒരു അതിസാധാരണമായ കാര്യമെന്നപോലെ അവഗണിക്കുന്നു. ഒരു മനുഷ്യജീവിക്ക് ചെയ്യുവാൻ കഴിയുന്നതിൽ വെച്ച് ഏറ്റവും മണ്ടത്തരമായ കാര്യമാണത്. എന്നാൽ മനസ്സ് എപ്പോഴും ചെയ്തു കൊണ്ടിരിക്കുന്നത് അതാണ്: അത് കാര്യങ്ങളെ അതിസാധാരണം എന്ന് അവഗണിക്കുന്നു. സൂര്യൻ ഉദിയ്ക്കുന്നു, പ്രഭാതത്തിന് അതീവ സൗന്ദര്യമുണ്ട്. എന്നാൽ നിങ്ങളുടെ മനസ്സ് പറയുന്നു, ''അതിനെന്ത്? അതെന്നും ഉണ്ടാകുന്നതാണ്. അത് കേവലം വെറുമൊരു പ്രഭാതം, മറ്റെല്ലാ പ്രഭാതവുംപോലെ തന്നെ.'' പൂർവ്വാകാശം ഉദിച്ചുയരുന്ന സൂര്യനോടൊപ്പം ആകെ ചുവന്നിരിക്കുന്നു, മേഘങ്ങൾ നിറയെ വർണ്ണങ്ങളാണ്. എന്നാൽ മനസ്സ് പറയുന്നു, ''അതുകൊണ്ടെന്ത്? അതിൽ ഒരു പുതുമയും ഇല്ല. ആയിരമായിരം തവണ അത് സംഭവിച്ചിട്ടുണ്ട്, ആയിരമായിരം തവണ അതിനിയും സംഭവിക്കാൻ പോകുന്നു.''

കാര്യങ്ങളെ നോക്കിക്കാണുന്ന രീതി ഇതാണെങ്കിൽ - മനസ്സ് കാര്യങ്ങളെക്കാണുന്ന രീതി ഇതുതന്നെയാണു താനും - മനസ്സ് സൗന്ദര്യത്തോട് അസംവേദകമായിത്തീരും, സംഗീതത്തോടും, കവിതയോടും, പ്രണയത്തോടും, മൂല്യവത്തായ എല്ലാറ്റിനോടും അസംവേദകമായിത്തീരും. അപ്പോൾ സ്വഭാവികമായും നിങ്ങൾ ജീവിക്കുക അന്ധകാരത്തിലാകും,

വൈരൂപ്യത്തിലാകും. അത് നിങ്ങളുടെ സ്വന്തം സൃഷ്ടിയാണ്.

കൃതജ്ഞതാഭരിതനാകുവാൻ തുടങ്ങുക. ആസ്വാദനബോധം വളർത്തുക. നിങ്ങൾക്കായി ഇപ്പോൾ തന്നെ ചെയ്തിട്ടുള്ളവയ്ക്കു വേണ്ടി അസ്തിത്വത്തെ സ്തുതിക്കുക, അപ്പോൾ അതിലും എത്രയോ ഏറെ നിങ്ങൾക്ക് വന്നുചേർന്നുകൊണ്ടിരിക്കും. നിങ്ങൾ എത്രകണ്ട് സ്തുതിക്കുന്നുവോ, അത്രകണ്ട് നിങ്ങളുടെ കാഴ്ചാശേഷി വർദ്ധിക്കുന്നു, അത്രകണ്ട് നിങ്ങൾ ഉൾക്കാഴ്ചയുള്ളവനായിത്തീരുന്നു. പ്രാർത്ഥനാഭരിതനായ ഒരു വ്യക്തി അത്രയും ഉൾക്കാഴ്ചയുള്ളവനായിത്തീരുന്നു, അയാൾ എല്ലായിടത്തും അസ്തിത്വത്തെ കാണുന്നു. അതിന്റെ കയ്യൊപ്പ് അയാൾ കാണുന്നു - നിശ്ശബ്ദതയിൽ ഗ്രന്ഥങ്ങൾ; പാറകളിൽ പ്രഭാഷണങ്ങൾ.

പ്രഭാതമനനം

കടംകൊണ്ട അറിവുകളെല്ലാം ഉപേക്ഷിക്കാത്തിടത്തോളം ഒരുവന് വിവേകിയാകുവാൻ സാധ്യമല്ല. വിവേകത്തിന്റെ ആരംഭം ആനന്ദവാനായിരിക്കുന്നതിലുമാണ്. അതിനാൽ കുറ്റബോധം എന്ന ആശയം മുഴുവനും ഉപേക്ഷിക്കുക - കുറ്റബോധം തോന്നേണ്ട യാതൊരു ആവശ്യവുമില്ല. നിങ്ങൾ ആയിരിക്കുന്ന വിധത്തിൽത്തന്നെ നിങ്ങൾ പരിപൂർണ്ണമായും നല്ലതു തന്നെയാണ്. ഇതാണ് നിങ്ങളെ ദൈവം സൃഷ്ടിച്ചിട്ടുള്ള രീതി - അതിന്റെ മുഴുവൻ ഉത്തരവാദിത്വവും അവന്റേതാണ്.

നിങ്ങൾ ആയിരിക്കുന്ന രീതിയിൽ ആഹ്ലാദം കൊള്ളുക -നിങ്ങൾക്ക് എന്തുചെയ്യാനാവും? ഇത് മനസ്സിലാക്കിക്കഴിയുമ്പോൾ, നിങ്ങൾ ആയിരിക്കുന്ന വിധത്തിൽത്തന്നെ സ്വയം അംഗീകരിക്കുകയാണെങ്കിൽ, അതിഗംഭീരമായൊരു അത്ഭുതം സംഭവിക്കുന്നു: നിങ്ങൾ ഉടനടി വളരുവാൻ തുടങ്ങുന്നു. കുറ്റബോധം അപ്രത്യക്ഷമാവുകയും ഒരു പ്രസന്നത നിങ്ങളുടെ സത്തയിൽ പ്രവേശിക്കുകയും ചെയ്യുന്നു. ആ പ്രസന്നമായ അന്തരീക്ഷത്തിൽ വളർച്ച സാധ്യമായിത്തീരുകയും ചെയ്യുന്നു.

അതിനാലാണ് ഞാൻ പറയുന്നത് പൊട്ടിച്ചിരി ഏറ്റവും മതാത്മകമായ ഗുണവിശേഷങ്ങളിൽ ഒന്നാണെന്ന്. ചിരിക്കുവാൻ കഴിയാത്ത ഒരു മനുഷ്യൻ മതാത്മകനല്ല.

നിങ്ങൾ ആയിരിക്കുന്ന രീതിയിൽ സ്വയം അഗാധമായി അംഗീകരിച്ചുകൊണ്ട് ആനന്ദത്തിൽ ആടുക

യും പാടുകയും ചെയ്യുമ്പോൾ, വിവേകം ഉണ്ടാകുവാൻ തുടങ്ങുന്നു. നിങ്ങൾക്ക് ഒരു വ്യക്തത കൈവരുന്നു. നിസ്സംശയമായ ഒരു വ്യക്തത. നിങ്ങൾക്ക് കാര്യങ്ങൾക്കുള്ളിലേയ്ക്ക് ഒരു ഉൾക്കാഴ്ച വന്നുചേരുന്നു. അപ്പോൾ നിങ്ങൾ സ്വന്തമായി, എന്താണ് ശരിയെന്നും, എന്താണ് തെറ്റെന്നും, എന്താണ് അവശ്യമെന്നും, എന്താണ് അനാവശ്യമെന്നും തിരിച്ചറിയുന്നു. അങ്ങനെ സ്വന്തമായി അറിയാൻ തുടങ്ങിക്കഴിയുന്ന നിമിഷം, മുതൽ നിങ്ങൾക്ക് തെറ്റുചെയ്യാനാവില്ല. അനാവശ്യമായത് നിങ്ങളിൽ ക്ഷയിച്ചു തുടങ്ങുകയും അവശ്യമായത് കൂടുതൽകൂടുതൽ സംഭരിക്കപ്പെടുകയും ചെയ്യുന്നു.

പ്രദോഷമനനം

കേവലം പ്രേമപൂർണ്ണമായ ഒരു ഊർജ്ജത്തിലേയ്ക്ക് സ്വയം വിലയം പ്രാപിക്കുക, കേവലം ഒരു പ്രേമപൂർണ്ണമായ ഊർജ്ജമായിത്തീരുക - പ്രത്യേകിച്ച് എന്തെങ്കിലുമൊന്നിനോടുമുള്ള ഒരു പ്രേമമല്ല. മറിച്ച് ഉള്ളതായ എല്ലാറ്റിനോടും കേവലം സ്നേഹമുള്ളവനായി ഇരിക്കുക, ഒന്നുമില്ലായ്മയോടുപോലും! അത് പ്രേമിക്കുവാനുള്ള ഒരു വിഷയത്തിന്റെ പ്രശ്നമല്ല, മറിച്ച് കേവലം നിറഞ്ഞുകവിഞ്ഞൊഴുകുന്ന പ്രേമനിർഭരമായ ഒരു ഊർജ്ജമായിത്തീരലാണത്.

നിങ്ങൾ മുറിയിൽ നിശ്ശബ്ദമായി ഇരിക്കുമ്പോൾ, ആ മുറി പ്രേമപൂർണ്ണമായ ഊർജ്ജത്താൽ നിറയട്ടെ. നിങ്ങൾക്കു ചുറ്റും പ്രേമത്തിന്റെ ഒരു പ്രകാശവലയം സൃഷ്ടിക്കുക. വൃക്ഷങ്ങളെ നോക്കിക്കൊണ്ടിരിക്കുമ്പോൾ വൃക്ഷങ്ങളുമായി നിങ്ങൾ പ്രണയത്തിലാണ്; നക്ഷത്രങ്ങളെ നോക്കിക്കൊണ്ടിരിക്കുമ്പോൾ നക്ഷത്രങ്ങളുമായി നിങ്ങൾ പ്രണയത്തിലാണ്. നിങ്ങൾ പ്രണയമാകുന്നു, അത്ര തന്നെ. അതിനാൽ നിങ്ങൾ എവിടെയായിരുന്നാലും നിങ്ങളുടെ പ്രേമം അതിന്മേൽ വർഷിച്ചു കൊണ്ടേയിരിക്കുക... പാറകൾക്കു മേലും.... നിങ്ങൾ പാറകൾക്ക് മേൽ നിങ്ങളുടെ പ്രേമം വർഷിക്കുമ്പോൾ പാറകൾ പോലും പിന്നെ പാറകളായിരിക്കുകയില്ല. പ്രേമം അത്തരം ഒരു ദിവ്യാത്ഭുതമാണ്, അത്തരം ഇന്ദ്രജാലം, അത് എല്ലാറ്റിനെയും പ്രേമഭാജനമാക്കി പരിവർത്തിപ്പിക്കുന്നു. നിങ്ങൾ പ്രണയവും അസ്തിത്വം നിങ്ങളുടെ പ്രണയഭാജനവുമായിത്തീരുന്നു. അസ്തിത്വം ദൈവമായിത്തീരുന്നു.

ആളുകൾ സ്വയം പ്രണയമായിത്തീരാതെ ദൈവത്തെ അന്വേഷിച്ചു കൊണ്ടിരിക്കുകയാണ്. എങ്ങനെയാണ് അവർ അവനെ കണ്ടുപിടിക്കുന്നത്? അവർക്ക് അതിനാവശ്യമായ ഉപകരണം സ്വായത്തമല്ല, ആവശ്യമായ സന്ദർഭവും ഇടവും അവരുടെ കൈവശം ഇല്ല. പ്രേമം സൃഷ്ടിക്കുകയും ദൈവത്തെക്കുറിച്ച് എല്ലാം മറക്കുകയും ചെയ്യുക. പൊടുന്നനെ ഒരു ദിനം അവനെ എല്ലായിടത്തും കണ്ടുമുട്ടും.

പ്രഭാതമനനം

ഒരു നൃത്തം പരിശുദ്ധമായിരിക്കുന്നത് നർത്തകൻ അതിൽ വിലയം പ്രാപിക്കുമ്പോഴാണ്, നർത്തകൻ ഇല്ലാതായിത്തീരുമ്പോൾ, നർത്തകനെ കാണാൻ കഴിയാതാവുകയും നർത്തനം മാത്രം അവശേഷിക്കുകയും ചെയ്യുമ്പോൾ. അതാണ് ധ്യാനമെന്നത്, സന്യാസം എന്നത്, ആനന്ദാതിരേകം എന്നത്. ആത്യന്തികമായി അതുതന്നെയാണ് ദൈവം എന്നതും.

പതുക്കെപ്പതുക്കെ എങ്ങനെയാണ് വിലയം പ്രാപിക്കുകയെന്ന് പഠിക്കുക. ഏതു പ്രവൃത്തിയിലായാലും അതിൽ വിലയം പ്രാപിക്കുക. അപ്പോൾ ആ പ്രവൃത്തി ഒരു നർത്തനമായിത്തീരുന്നു. നിങ്ങൾ ജോഗ് ചെയ്യുമ്പോൾ ജോഗ് ചെയ്യുന്നവൻ ഇല്ലാതായിത്തീരുകയും ജോഗിംഗ് മാത്രം അവശേഷിക്കുകയും ചെയ്യുവോളം അതിൽ അപ്രത്യക്ഷനായിത്തീരുകയാണെങ്കിൽ..... അഥവാ നിങ്ങൾ കാലത്ത് ഓടുകയാണെന്നിരിക്കട്ടെ, അവിടെ ഓടുന്നവനില്ല, ഓട്ടം മാത്രമേയുള്ളൂ – നിങ്ങൾ ആ പ്രവൃത്തിയിൽ അത്രകണ്ട് ആവേശിതനായിത്തീർന്നിരിക്കുന്നു, പ്രവർത്തനമല്ലാതെ ഉള്ളിൽ യാതൊരു പ്രവർത്തകനുമില്ല – അപ്പോൾ അത് നർത്തനമാകുന്നു.

നിങ്ങൾക്ക് സ്വയം നഷ്ടമാകുവാൻ കഴിയുമ്പോഴെല്ലാം അവിടെ നർത്തനം ഉണ്ട്, അവിടെ സന്യാസം ഉണ്ട്. അങ്ങനെ, പതുക്കെ പതുക്കെ, അത് നിങ്ങളുടെ ഹൃദയം തന്നെ ആയിത്തീരട്ടെ. അപ്പോൾ ദൈവം നിങ്ങളെ അന്വേഷിച്ചു കൊണ്ട് ഓടിവരുന്നു. നിങ്ങൾ എങ്ങോട്ടും പോകേണ്ടതില്ല; ഒരു ദിനം നിങ്ങളുടെ പടിവാതിൽക്കൽ അവൻ വന്നുമുട്ടുന്നു.

പ്രദോഷമനനം

കഴിയുന്നത്ര നിശ്ശബ്ദനായിത്തീരുക. കൂടുതൽ കൂടുതൽ നിശ്ചലനായിരിക്കുക - ശാരീരികമായ നിശ്ചലത മാത്രമല്ല, അതും സഹായകമാണ്, അതും ഒരു സന്ദർഭം സൃഷ്ടിക്കുന്നുണ്ട്. എന്നാൽ അതല്ല ലക്ഷ്യം, അത് ആരംഭം മാത്രമാണ്. മനസ്സ് നിശ്ചലമായിരിക്കണം എന്നതാണ് കൂടുതൽ പ്രധാനം; അതായത് മനസ്സ് അതിന്റെ നിരന്തരമായ ചിലപ്പ് നിർത്തണം. അതു നിലക്കുകയും ചെയ്യും - നമ്മൾ ഒരിക്കലും അതിന് ശ്രമിക്കാത്തതു കൊണ്ടാണ്.

വളരെ ലളിതമായ ഒരു പ്രക്രിയ മാത്രമാണ് അതിനാവശ്യം: നിങ്ങൾ നിങ്ങൾക്കുള്ളിലിരുന്നു കൊണ്ട് നിരീക്ഷിക്കുക. മനസ്സ് അതിന്റെ എല്ലാ പഴയ വിദ്യകളും പ്രയോഗിച്ചു കൊള്ളട്ടെ, നിങ്ങൾ കേവലം യാതൊരു വിധികല്പിക്കലുമില്ലാതെ, നല്ലതെന്നോ മോശമെന്നോ പറയാതെ, കേവലം നിരീക്ഷിക്കുക - ഒന്ന് തെരഞ്ഞെടുക്കുകയോ മറ്റേത് നിരസിക്കുകയോ ചെയ്യാതെ, തീർത്തും നിസ്സംഗനായി, തണുപ്പനായി നിരീക്ഷിക്കുക മാത്രം ചെയ്യുക. പതുക്കെപ്പതുക്കെ തണുപ്പനായും നിസ്സംഗനായും വർത്തിച്ചുകൊണ്ട് ആ പാടവം നിങ്ങൾ പഠിക്കുന്നു. ആദ്യം മനസ്സ് അതിന്റെ പഴയ വിദ്യകളെല്ലാം പരീക്ഷിക്കുന്നു. പിന്നീട് ക്രമേണ, അതിന് അമ്പരപ്പ് തോന്നാൻ തുടങ്ങുകയും ചെയ്യുന്നു. കാരണം നിങ്ങൾ ഒരുതരത്തിലും സ്വാധീനിക്കപ്പെടുന്നില്ല, ഈ വഴിക്കോ, ആ വഴിക്കോ. നിങ്ങൾ മനസ്സിനെതിരായിട്ടാണ് സ്വാധീനിക്കപ്പെടുന്നതെങ്കിൽപോലും, അപ്പോഴും മനസ്സിന് സുഖം തോന്നും: അതിന് നിങ്ങളെ ശല്യപ്പെടുത്താൻ കഴിഞ്ഞുവല്ലോ. അതിനാൽ അതിനെതിരെയും തിരിയേ

ണ്ടതില്ല, അതിനോട് പോരടിക്കേണ്ടതില്ല. അതിന്റെ വിദ്യകൾക്ക് വശംവദനായി വീഴാതിരിക്കുകയും വേണം. കേവലം അകന്നു മാറി നിലകൊള്ളുക. പലതവണ നിങ്ങൾ വശംവദനാക്കപ്പെടും. സ്മരണ യുണ്ടാകുന്ന നിമിഷം സ്വയം പിൻവലിയുക. വീണ്ടും സ്വയം ശാന്തനാവുക, വീണ്ടും നിരീക്ഷണം തുട ങ്ങുക.

ഒരു ചിന്ത ഉയർന്നുവരുന്നു - അത് കാണുക. അത് നിങ്ങളുടെ മുന്നിലെത്തുന്നു- അതിനെ കാണുക. അപ്പോൾ അത് കടന്നുപോകുന്നു. ആ കാര്യം ശ്രദ്ധിക്കുക. നല്ലതെന്നോ മോശമെന്നോ ഉള്ള യാതൊരാശയവും കൂടാതെ, പാടുണ്ടോ, പാടില്ലയോ എന്ന യാതൊരു സാന്മാർഗ്ഗികനിലപാടും കൂടാതെ, കേവലം ശാസ്ത്രീയമായ ഒരു തണുപ്പൻ നിരീക്ഷണം.

ഒരുദിനം, പൊടുന്നനെ മനസ്സ് അവിടെയില്ല. ആ സുദിനത്തിൽ നിങ്ങൾ ഇതുവരെ ഒരിക്കലും അറി ഞ്ഞിട്ടില്ലാത്തതുപോലുള്ള ഒരു നിശ്ശബ്ദത നിങ്ങളി ലേക്ക് താഴ്ന്നിറങ്ങിവരുന്നു. പിന്നീട് അതൊരിക്കലും നിങ്ങളെ വിട്ടു പോകുന്നില്ല: അത് നിങ്ങളുടെ കൂടെ ത്തന്നെ നിലനിൽക്കുന്നു, നിങ്ങളുടെ ആത്മാവാ യിത്തീരുന്നു. അത് അത്യധികം മുക്തിദായകമാണ്.

9

പ്രഭാതമനനം

സ്വയം വേർപ്പെട്ടുകൊണ്ട് വർത്തിക്കാതിരിക്കുക. ഒരു റോസ്സാപ്പൂ കണ്ടുകൊണ്ടിരിക്കുമ്പോൾ, ആ റോസാപ്പൂ ആയിത്തീരുക. അസ്തമയം കണ്ടുകൊണ്ടിരിക്കുമ്പോൾ അതിൽ ലയിച്ചില്ലാതാവുക. ദൂരെ മാറി തണുപ്പനായി നിലകൊള്ളാതിരിക്കുക. കേവലം ഒരു കാഴ്ചക്കാരനായി മാത്രം വർത്തിക്കാതെ, അതിൽ പങ്കെടുക്കുന്നവനായിത്തീരുക. നിറയെ നക്ഷത്രങ്ങളോടുകൂടിയ ആകാശം കണ്ടുകൊണ്ടിരിക്കുമ്പോൾ നിങ്ങളും അതിന്റെ ഭാഗമായിത്തീരുക, ഒരു കൊച്ചു നക്ഷത്രമായിത്തീരുക. അങ്ങനെ ആ നൃത്തത്തിൽ പങ്കാളിയാവുക.

എന്നെ സംബന്ധിച്ച്, അതാണ് മതം, സമ്പൂർണ്ണതയിൽ സ്വയം വിലയം പ്രാപിക്കുക. ഒരു നദി സമുദ്രത്തിലേക്ക് അപ്രത്യക്ഷമായിത്തീരുന്നതുപോലെ നിങ്ങളും ദൈവത്തിങ്കലേക്ക് അപ്രത്യക്ഷനാവുക.

9

പ്രദോഷമനനം

കൂടുതൽ കൂടുതൽ നിശ്ശബ്ദനായി വർത്തിക്കുക. അവസരം കിട്ടുമ്പോഴെല്ലാം യാതൊന്നും ചെയ്യാതെ നിശ്ശബ്ദനായിരിക്കുക മാത്രം ചെയ്യുക. ധ്യാനത്തിനു പോലും ശ്രമിക്കേണ്ട. കേവലം യാതൊരു കാരണ വുമില്ലാതെ നിശ്ശബ്ദനായി ഇരിക്കുക, ഒരു ഉദ്ദേശ ത്തിനുവേണ്ടിയുമല്ലാതെ. പതുക്കെപ്പതുക്കെ നിശ്ശബ്ദത വളരുന്നു, അത് ഒരു സർവ്വാധിശായി യായ അനുഭവമായിത്തീരുന്നു. അങ്ങനെ നിശ്ശബ്ദത നിങ്ങളെ അങ്ങോളമിങ്ങോളം പൂരിതമാക്കി കഴിയു മ്പോൾ, നിങ്ങൾ ആരെന്ന് നിങ്ങൾ അറിയുകയും ഈ ജീവിതം ആകെക്കൂടി എന്താണെന്ന് നിങ്ങൾ അറിയുകയും ചെയ്യും. അത് അറിയുന്നതിൽ നിന്ന് ഒരുവൻ ദൈവത്തെ അറിയുന്നു.

പ്രഭാതമനനം

നിങ്ങൾ ആന്തരികലോകത്തിന്റെ നാഥനായിത്തീരേണ്ടതുണ്ട്. നമുക്ക് ഉള്ളിൽ ഒരു രാജ്യമുണ്ട്, യഥാർത്ഥമായ രാജ്യം. നമുക്കെല്ലാം രാജാക്കന്മാരായിത്തീരണമെന്നുണ്ട്. എന്നാൽ, നാം തെറ്റായ ദിശയിൽ അന്വേഷിച്ചുകൊണ്ടേയിരിക്കുന്നു. നാം ബാഹ്യതയിൽ അന്വേഷിച്ചുകൊണ്ടേയിരിക്കുന്നു. ഒരുവന് ഒരു ലൗകികരാജാവായിത്തീരുവാൻ കഴിഞ്ഞേക്കാം. എന്നാലും ഉള്ളിന്റെയുള്ളിൽ തനിക്ക് നഷ്ടമായിരിക്കുന്നു എന്ന് അവനറിയുന്നു. അപ്പോഴും അയാൾ ദരിദ്രനായിരിക്കുന്നു, പൊള്ളയായിരിക്കുന്നു. ഇതുവരെ ഒന്നും നിറവേറിയിട്ടില്ല. ജീവിതം നിങ്ങളുടെ കൈകളിൽ നിന്ന് വഴുതിമാറിയിരിക്കുന്നു. നിങ്ങളപ്പോൾ ചപ്പുചവറുകൾ വാരിക്കൂട്ടിക്കൊണ്ടിരിക്കുകയായിരുന്നു.

സാധാരണഗതിയിൽ, നമ്മളെല്ലാം ഭരണകർത്താക്കന്മാരാണെന്ന് നടിച്ചുകൊണ്ടിരിക്കുന്ന അടിമകളാണ്. തന്റെ അബോധമണ്ഡലത്തെ കീഴടക്കാത്തിടത്തോളം ഒരുവൻ ഒരു നാട്യക്കാരനായി നിലകൊള്ളുന്നു, അവൻ ഒരു അടിമയായി നിലകൊള്ളുകയും നാട്യങ്ങളുടെയും വഞ്ചനയുടെയും കളികളെല്ലാം കളിച്ചുകൊണ്ടിരിക്കുകയും ചെയ്യുന്നു. അവൻ പ്രഖ്യാപിച്ചു കൊണ്ടിരിക്കുന്നു, ''നിങ്ങൾ വിചാരിക്കുന്നതെന്താണോ അതൊന്നുമല്ല ഞാൻ.'' അവനെന്താണെന്ന് അവനറിയുകയും ചെയ്യാം, എല്ലാവർക്കും അതറിയാം. കാരണം മറ്റുള്ളവരും അതേ കാര്യങ്ങൾ തന്നെയാണ് ചെയ്തുകൊണ്ടിരിക്കുന്നത്.

ഒരു യഥാർത്ഥ രാജാവായിരിക്കുക. ആന്തരിക സാമ്രാജ്യത്തിന്റെ സൗന്ദര്യം മറ്റൊന്നിനോടും താര

തമ്യം ചെയ്യാവുന്നതോ, മത്സരിക്കാവുന്നതോ അല്ല. നിങ്ങൾക്ക് നിങ്ങളുടെ രാജ്യമുണ്ട്, എനിക്ക് എന്റേതായതുമുണ്ട്; അവ ഒരിക്കലും തമ്മിൽ തട്ടിമുട്ടുന്നില്ല, അവ ഒരിക്കലും ഒന്നിനുമീതെ മറ്റേത് കയറി മറിയുന്നില്ല. ഓരോ വ്യക്തിക്കും അതിവിശാലമായ ഒരു ആന്തരിക ലോകമുണ്ട്..... അവിടെ യാതൊരു മത്സരവുമില്ല, യാതൊരു പോരാട്ടവുമില്ല, ആരുമായും ഒരു ശണ്ഠയുമില്ല.

പ്രദോഷമനനം

മരണം കൈയ്യടക്കുന്നതിനു മുൻപ്, യഥാർത്ഥ ഭവനം കണ്ടെത്തപ്പെടേണ്ടതുണ്ട്. അത് കണ്ടെത്തുവാനും സാധ്യമാണ്. കാരണം അത് അത്രവിദൂരത്തിലല്ല. അത് കണ്ടെത്താൻ കഴിയും. കാരണം അത് കൃത്യമായും നിങ്ങളുടെ സത്തയ്ക്കുള്ളിലാണ്. നിങ്ങൾ അല്പം പോലും സഞ്ചരിക്കേണ്ടതില്ല. നേരെമറിച്ച് നിശ്ശബ്ദനായി ഇരിക്കുകയും എല്ലാത്തരത്തിലുള്ള മാനസികസഞ്ചാരങ്ങളും ഉപേക്ഷിക്കുകയുമാണ് വേണ്ടത്.

മനസ്സ് ഭൂതകാലത്തിലോ ഭാവികാലത്തിലോ നീങ്ങിക്കൊണ്ടിരിക്കുന്നില്ലെങ്കിൽ, സഞ്ചാരം നിലയ്ക്കുന്നു. ആ നിമിഷത്തിൽ തന്നെ, വിത്ത് സസ്യമായി വളരുവാൻ തുടങ്ങുകയും ചെയ്യുന്നു. അപ്പോൾ അനന്തമായ സാധ്യതകളുണ്ടാകുന്നു- പുഷ്പങ്ങൾ, ഫലങ്ങൾ.... സൂര്യപ്രകാശവും കാറ്റും മഴയും. അപ്പോൾ നിങ്ങൾക്ക് അഭിരമിക്കാം. നിങ്ങൾക്ക് കാറ്റിനൊത്ത് നൃത്തം ചെയ്യാം. കാർമേഘങ്ങളോടൊപ്പം നിങ്ങളുടെ ആഹ്ലാദം പങ്കുവെയ്ക്കാം; നക്ഷത്രങ്ങളുടെ കാതിൽ മന്ത്രിക്കാം.

11

പ്രഭാതമനനം

വിവേകിയായ ഒരു മനുഷ്യൻ സ്വതവേ രാജസമാനനാണ്. അവൻ ഒരു യാചകനായിരിക്കാം. എന്നാൽ അപ്പോഴും അവൻ രാജാവ് തന്നെ. അവന്റെ രാജ്യം ആന്തരികതയുടേതാണ്. അവന് തീർത്താൽ തീരാത്ത നിധികളുണ്ട്. അവൻ തന്റെ അബോധത്തെ മറികടന്നിരിക്കുന്നു. വിവേകം എന്നാൽ അതാണ്.

വിവേകം എന്നത് അറിവല്ല, അത് അബോധത്തെ കീഴടക്കലാകുന്നു. അത് നിറയെ വെളിച്ചമാണ്. അന്ധകാരത്തിന്റെ ദ്വീപുകൾ പോലും അതിൽ അവശേഷിച്ചിട്ടില്ല. നിങ്ങളുടെ സത്ത നിറയെ വെളിച്ചമാകുമ്പോൾ, നിങ്ങൾക്ക് എന്തെങ്കിലും സ്വത്തുക്കളുണ്ടോ ഇല്ലയോ എന്നത് പ്രശ്നമേ ആകുന്നില്ല, നിങ്ങൾ രാജതുല്യനാകുന്നു.

പ്രദോഷമനനം

ദൈവികതയിലേക്കുള്ള കവാടം സ്വാഭാവികത യാകുന്നു. സ്വാഭാവികനായി വർത്തിക്കുകയെന്നാൽ ദൈവികതയിൽ വർത്തിക്കലാകുന്നു. മനസ്സ് ഒരിക്കലും സ്വാഭാവികമല്ല. അത് എപ്പോഴും ഒന്നുകിൽ ഭൂതകാലത്തിലോ അല്ലെങ്കിൽ ഭാവിയിലോ ആയിരിക്കും. അതായത് ഒന്നുകിൽ ഇതുവരെ വന്നെത്തിയിട്ടില്ലാത്തതിലോ അല്ലെങ്കിൽ ഇനിയൊരിക്കലും തിരിച്ചു വരാതെ കടന്നു പോയതിലോ. ഇവയ്ക്ക് രണ്ടിനും ഇടയിൽ ഉള്ളതെന്താണോ അതിനെ മനസ്സ് നഷ്ടപ്പെടുത്തിക്കൊണ്ടിരിക്കുകയും ചെയ്യുന്നു. എന്നാൽ അതാണ് കവാടം. വർത്തമാന നിമിഷം എന്നത് കാലത്തിന്റെ ഭാഗമല്ല. അതിനാൽ വർത്തമാന നിമിഷം മനസ്സിന് ലഭ്യവുമല്ല. മനസ്സും കാലവും പര്യായപദങ്ങളാണ്. നിങ്ങൾക്ക് പറയാം, മനസ്സ് നിങ്ങളുടെ സത്തയ്ക്കുള്ളിലെ കാലമാണ്, അഥവാ കാലം നിങ്ങൾക്കു പുറത്തുള്ള മനസ്സാണ്. പക്ഷെ അവ ഒരേ പ്രതിഭാസമാണ്. വർത്തമാന നിമിഷം കാലത്തിന്റേയോ, മനസ്സിന്റേയോ ഭാഗമല്ല. നിങ്ങൾ വർത്തമാന നിമിഷത്തിലാകുമ്പോൾ, നിങ്ങൾ ദൈവികതയിലാണ്. അതാണ് ധ്യാനമെന്നതിന്റെ യഥാർത്ഥമായ അർത്ഥം, പ്രാർത്ഥന എന്നതിന്റെ യഥാർത്ഥമായ അർത്ഥം, പ്രേമമെന്നതിന്റെ യഥാർത്ഥമായ അർത്ഥം. അതിനാൽ ഒരുവൻ വർത്തമാനനിമിഷത്തിൽ നിലനിന്നുകൊണ്ട് പ്രവർത്തിക്കുമ്പോൾ, ആ പ്രവൃത്തി ഒരിക്കലും അവനെ ബന്ധിക്കുന്നില്ല. കാരണം അത് നിങ്ങളുടെ പ്രവൃത്തിയല്ല, ദൈവികതയാണ് നിങ്ങളിലൂടെ പ്രവർത്തിക്കുന്നത്. അത് നിങ്ങളിലൂടെ ഒഴുകിക്കൊണ്ടിരിക്കുന്ന ദൈവികതയാകുന്നു.

12

പ്രഭാതമനനം

ദൈവത്തിൽ വിശ്വസിക്കുന്നില്ല എന്നുപറയുന്നവരും ദൈവത്തിന്റെ ആളുകൾ തന്നെയാണ്. ദൈവത്തിനുനേരെ പുറംതിരിഞ്ഞു നിൽക്കുന്നവർ, അവരും ദൈവത്തിന്റേതാണ്; ദൈവത്തെ സംബന്ധിച്ചിടത്തോളം അവരെല്ലാവരും രക്ഷിക്കപ്പെട്ടവരാണ്. ഈ പ്രപഞ്ചം മുഴുവനും ഇപ്പോൾതന്നെ ആത്യന്തികാവസ്ഥയിലായാണ്; നമ്മൾ കേവലം മറന്നു പോയിരിക്കുകയാണ്. നാം യാതൊന്നും ചെയ്യേണ്ടതില്ല എന്ന കാര്യം നാം മറന്നുപോയിരിക്കുന്നു. നമ്മൾ എവിടെയായിരിക്കണമെന്ന് നാമെല്ലാം ആഗ്രഹിക്കുന്നുവോ അവിടെ തന്നെയാണ് നമ്മളുള്ളതെന്ന് നാം മറന്നുപോയിരിക്കുന്നു. നമ്മൾ എന്തായിരിക്കണമെന്നാണോ നമ്മൾ ആഗ്രഹിക്കുന്നത്, എന്തിനുവേണ്ടിയാണോ നാം സ്വപ്നം കണ്ടുകൊണ്ടിരിക്കുന്നത്, ഇപ്പോൾ തന്നെ നമ്മൾ അതാണെന്ന് നാം മറന്നു പോയിരിക്കുന്നു. നമ്മൾ ഒരിക്കലും അതല്ലാതായിരുന്നിട്ടുമില്ല.... എന്നാൽ അത്യഗാധമായ ഒരു ഗാഢനിദ്ര നമുക്കുമേൽ നിപതിച്ചിരിക്കുന്നു.

ഗുരുവിന്റെ കൃത്യം നിങ്ങളെ രക്ഷിക്കലല്ല, മറിച്ച് നിങ്ങളെ വീണ്ടും ഓർമ്മപ്പെടുത്തലാകുന്നു.

പ്രദോഷമനനം

എല്ലാ അതിർവരമ്പുകളും വിട്ടുകളയുക, അനന്തമായിത്തീരുക. അനന്തതയുടെ, നിത്യതയുടെ പദാവലികളിൽ മാത്രം ചിന്തിക്കുക. അതിൽകുറഞ്ഞ യാതൊന്നും ഒരിക്കലും ഒരാളെയും സംതൃപ്തമാക്കിയിട്ടില്ല, ഇനി സംതൃപ്തമാക്കുവാനും പോകുന്നില്ല- ഒരിക്കലുമില്ല. ഈ ശരീരമാകുന്ന അതിർവരമ്പ് ഉപേക്ഷിക്കപ്പെടേണ്ടതുണ്ട്. നമ്മളെല്ലാം നമ്മുടെ ശരീരവുമായി അത്യധികം താദാത്മ്യപ്പെട്ടിരിക്കുന്നു. നമ്മൾ വിചാരിക്കുന്നു, നാം ഈ ശരീരമാണെന്ന്, എന്നാൽ അതല്ല നമ്മൾ. ഇതാണ് ആദ്യം ഉപേക്ഷിക്കപ്പെടേണ്ട തെറ്റിദ്ധാരണ. ഈ തെറ്റിദ്ധാരണയിൽ നിന്ന് മറ്റു പല തെറ്റിദ്ധാരണകളും ഉയർന്നു വരുന്നു. ഒരുവൻ ശരീരവുമായി താദാത്മ്യപ്പെട്ടിരിക്കുമ്പോൾ, അയാൾ വാർദ്ധക്യത്തെക്കുറിച്ച് ഭയാലുവായിരിക്കും, രോഗങ്ങളെക്കുറിച്ചും മരണത്തെക്കുറിച്ചും ഭയാലുവായിരിക്കും. ശരീരവുമായുള്ള ഈ താദാത്മ്യത്തിൽ നിന്നാണ് അത് വളരുന്നത്.

സ്വയം പരിശുദ്ധമായ അവബോധമായി കരുതുക. നിങ്ങൾ ശരീരമല്ല, ശരീരത്തെക്കുറിച്ച് ബോധവനായിരിക്കുന്ന ആ ഒരുവനാണ് നിങ്ങൾ. അതുപോലെ നിങ്ങൾ മനസ്സുമല്ല. ആദ്യം ശരീരത്തിന്റെ കാര്യത്തിൽ പ്രവർത്തിച്ചു തുടങ്ങുക. കാരണം സ്ഥൂലത്തിൽ നിന്നു തുടങ്ങുക എളുപ്പമാണ്. അതിനുശേഷം സൂക്ഷ്മത്തിലേക്ക് നീങ്ങുക: നിങ്ങളിൽ നിന്ന് വ്യതിരിക്തമായി മനസ്സിനെ നോക്കിക്കാണുക. നിങ്ങൾ ശരീരവുമല്ല മനസ്സുമല്ല എന്ന കാര്യത്തെക്കുറിച്ച് ബോധവാനായിത്തീരുന്നതോടെ ഉള്ളിൽ മഹത്തായ സ്വാതന്ത്ര്യം യാതൊരു തടസ്സവുമില്ലാതെ ഉയർന്നു വരുന്നത് നിങ്ങൾക്കനുഭവപ്പെടും. അവിടെ യാതൊരു വിഘ്നവുമുണ്ടാവുകയില്ല. യാതൊരു ഭിത്തികളും ഉണ്ടാവുകയില്ല. മറിച്ച് നാനാദിശകളും തുറന്നു കിട

ക്കുന്നു. അതിനുശേഷം ഏറ്റവും സൂക്ഷ്മമായ ആ വേലിക്കെട്ട് ഉപേക്ഷിക്കേണ്ടതായുണ്ട്- വികാരങ്ങളുടെ വേലിക്കെട്ട്. അതാണ് ഏറ്റവും സൂക്ഷ്മം. ഒന്നാമതായി ശരീരം, പിന്നീട് മനസ്സ്, അതിനുശേഷം ഹൃദയം. ഹൃദയത്തിൽ നിന്നും സ്വതന്ത്രനായിത്തീരുകയത്രേ, ബോധപ്രാപ്തനായിത്തീരൽ. നിങ്ങൾ ശരീരവുമല്ല, മനസ്സുമല്ല, ഹൃദയവുമല്ല എന്നറിയുമ്പോൾ ഉടനടി നിങ്ങളാരെന്ന് നിങ്ങളറിയുന്നു. അസ്തിത്വമെന്തെന്നും ഈ ജീവിതമെന്നാൽ എന്തെന്നും എല്ലാം നിങ്ങളറിയുന്നു. പൊടുന്നനെ ആ രഹസ്യങ്ങളെല്ലാം വെളിപ്പെടുന്നു.

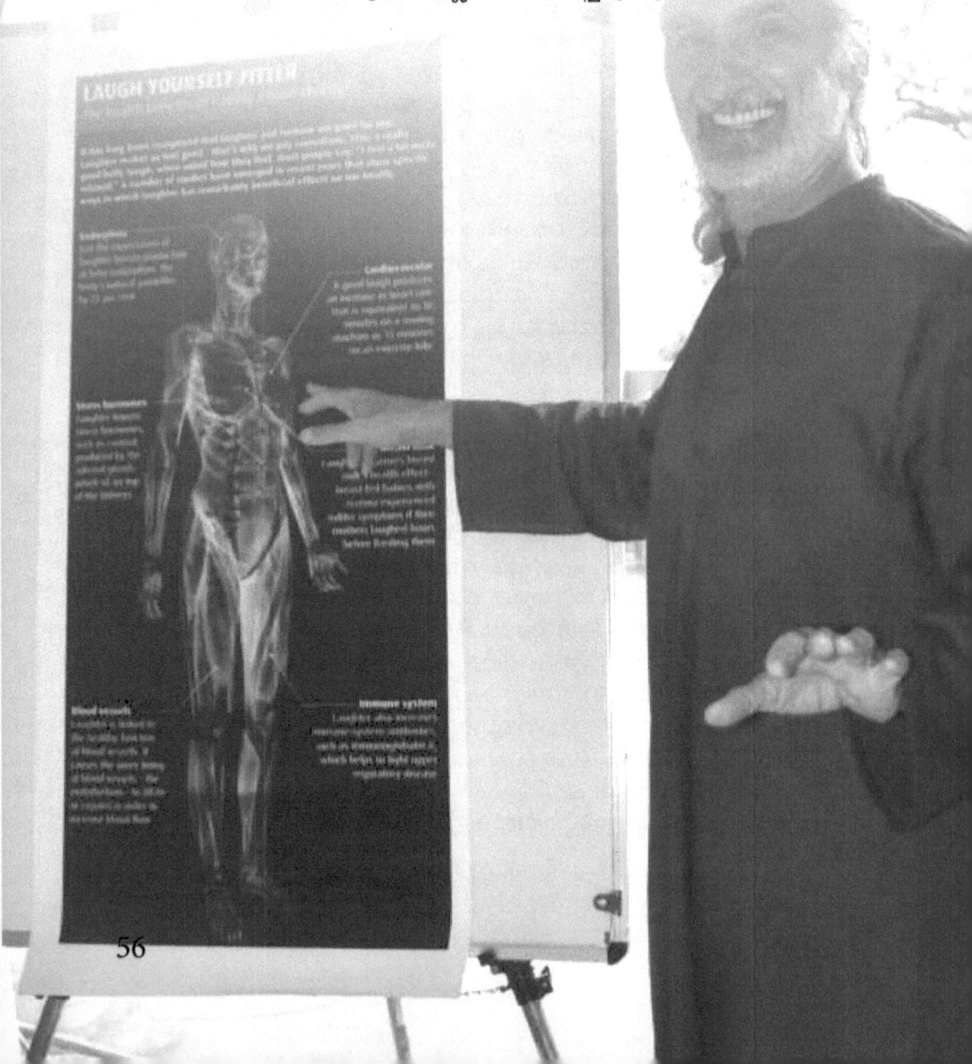

പ്രഭാതമനനം

ശരീരത്തിന്റെ അതിജീവനത്തിന് ശ്വാസോച്ഛ്വാസം, രക്തചംക്രമണം, ആഹാരവും മറ്റു പോഷകങ്ങളും ആവശ്യമായിരിക്കുന്നതുപോലെ തന്നെ ആത്മാവിന് പരമാനന്ദവും ആവശ്യമാണ്. ആന്തരികതയിൽ ഒരല്പ്പം കുഴിച്ചു നോക്കലിന്റെ ആവശ്യമുണ്ട്. അങ്ങനെ നമുക്ക് ആ അന്തർധാരയെ അനാവരണം ചെയ്യാൻ സാധിക്കണം. ഒരിക്കൽ നിങ്ങളുടെ പരമാനന്ദാവസ്ഥയെ, അതിന്റെ ഉറവിടത്തെ അറിഞ്ഞുകഴിഞ്ഞാൽ നിങ്ങളുടെ ദർശനമാകെ മാറുന്നു, നിങ്ങളുടെ മുഴുവൻ വീക്ഷണകോണുകളും പുതിയതായി തീരുന്നു.

അപ്പോൾ നിങ്ങൾ അസ്തിത്വത്തെ നോക്കിക്കാണുന്നത് പുതിയ കണ്ണുകളോടെയായിരിക്കും. അപ്പോൾ ഉള്ളിൽ കണ്ടെത്തിയിട്ടുള്ളതെന്താണോ അതുതന്നെ നിങ്ങൾ എല്ലായിടത്തും കാണും. കാരണം നമ്മൾ എന്താണോ അതു തന്നെയാണ് നാം അസ്തിത്വത്തിൽ കണ്ടെത്തുന്നത്. അസ്തിത്വം കേവലം ഒരു കണ്ണാടി മാത്രമായാണ് അനുഭവപ്പെടുക: അത് നമ്മുടെ യഥാർത്ഥമുഖത്തെ - അത് എന്തായാലും - അതുതന്നെ - പ്രതിഫലിപ്പിക്കുന്നു. നമ്മൾ നമ്മുടെ യഥാർത്ഥമുഖത്തെ ഒരു മുഖംമൂടികൊണ്ട് മറയ്ക്കുകയാണെങ്കിൽ ആ മുഖംമൂടിയാണ് പ്രതിഫലിക്കപ്പെടുന്നത്.

അസ്തിത്വം നമ്മുടെ സത്തകളെ പ്രതിധ്വനിപ്പിക്കുക മാത്രമാണ് ചെയ്യുന്നത്. നിങ്ങളുടെ പ്രകൃതം പരമാനന്ദമാണെന്ന് ഒരിക്കൽ അറിഞ്ഞുകഴിഞ്ഞാൽ പിന്നീട് പ്രപഞ്ചമാകെ പരമാനന്ദകരമായിത്തീരുന്നു. സാക്ഷാത്കാരം, മോക്ഷം എന്നെല്ലാം പറയുന്നതിന്റെ അർത്ഥം അതാണ്.

പ്രദോഷമനനം

നാമെല്ലാവരും ഇവിടെ അപരിചിതരാണ്. ഇതല്ല നമ്മുടെ ഭവനം, നമ്മുടെ ഭവനം മറ്റെവിടെയോ ആണ്. നമ്മളിപ്പോൾ ഒരു വിദേശരാജ്യത്താണ്. നമുക്കു പുറത്ത് നിലകൊള്ളുകയെന്നത് ഭവനരഹിതരായി നിലകൊള്ളലാണ്. ഉള്ളിലേക്ക് വരിക എന്നുവെച്ചാൽ സ്വഭവനത്തിലേക്ക് തിരിച്ചുപോകലാകുന്നു. അതിനാൽ ഉള്ളിലേക്കുവരുന്നതിന് വേണ്ടി എല്ലാ പരിശ്രമങ്ങളും നടത്തേണ്ടതുണ്ട്. ഒരു പാറക്കല്ലും മറിച്ചിടാതെ വിട്ടുകളയരുത്. എല്ലാ അപകടസാധ്യതകളും ഏറ്റെടുക്കേണ്ടതുണ്ട്. കാരണം ഈ ഉള്ളിലേക്ക് കടക്കലിനേക്കാൾ വിലപ്പെട്ടതായി ഒന്നുമില്ല. അതിനു വേണ്ടി എല്ലാം നഷ്ടപ്പെടുത്തുവാൻ കഴിയും, എല്ലാം ബലികഴിക്കുവാൻ കഴിയും. കാരണം മറ്റുള്ളതെല്ലാം വെറും നിസ്സാരമായ കാര്യങ്ങളാണ്.

പ്രഭാതമനനം

ദൈവം ഒരു വിശ്വാസമല്ല, മറിച്ച് ഒരു ദർശനമാകുന്നു. ദൈവത്തിൽ വിശ്വസിക്കുക എന്നത് തീരെ ആവശ്യമില്ലാത്ത ഒരു കാര്യമാണ്. അത് അന്ധനായ ഒരു മനുഷ്യൻ വെളിച്ചത്തിൽ വിശ്വസിക്കുന്നതു പോലെയാണ്. അഥവാ ബധിരനായ ഒരു വ്യക്തി സംഗീതത്തിൽ വിശ്വസിക്കുന്നതുപോലെയാണ്. അവർ എന്തിലാണോ വിശ്വസിക്കുന്നത് അതിനെക്കുറിച്ച് ചിന്തിക്കുവാൻ പോലും അവർക്ക് കഴിയില്ല, അത് ഭാവനയിൽ കാണുവാൻ പോലും അവർക്ക് കഴിയുകയില്ല. അവരുടെ വിശ്വാസങ്ങളെല്ലാം വഞ്ചനകളാണ്. എന്നാൽ അത് അത്ര പ്രധാനമല്ല; അവർ സ്വയം വഞ്ചിക്കുക കൂടി ചെയ്യുന്നു എന്നതത്രേ അതിനേക്കാൾ എത്രയോ സക്തം.

ദൈവം ഒരു അനുഭവമായിത്തീരണം. എന്റെ എല്ലാ പരിശ്രമവും നിങ്ങൾക്ക് ഒരു വിശ്വാസപ്രമാണം നൽകുവാനല്ല, മറിച്ച് ഉണർന്നെഴുന്നേൽക്കുവാനായി നിങ്ങളെ സഹായിക്കുവാനാണ്; നിങ്ങൾക്ക് നിങ്ങളുടെ കണ്ണുകൾ തുറക്കുവാനും സ്വയമേവ കാണുവാനും കഴിയുമാറ് നിങ്ങളെ സഹായിക്കുവാൻ.

പ്രദോഷമനനം

മതാത്മകനായ വ്യക്തി അഹംബോധരഹിത നായി ജീവിക്കുന്നു. അവനറിയാം, ''ഞാൻ സമ്പൂർണ്ണ തയുടെ ഭാഗമാണ്. സമ്പൂർണ്ണതയുടെ അവശ്യമായ ഒരു ഘടകമാണ്, അതിൽ നിന്ന് ഒരിക്കലും വ്യതി രിക്തനല്ല'' എന്ന്. അത് അറിയുന്നതിൽ, ''ഞാൻ സമ്പൂർണ്ണതയിൽ നിന്ന് വ്യതിരിക്തനല്ല'' എന്ന അറി യൽ, അതിമഹത്തായ സ്വാതന്ത്ര്യം കൊണ്ടു വരുന്നു, അത് വിശാലത കൊണ്ടുവരുന്നു. ആകാശം മുഴുവ നും നിങ്ങളുടേതാണ്. പിന്നീടൊരിക്കലും ഒരു ചെറി യ, തീരെ ചെറിയ അഹംബോധവുമായി പോലും നിങ്ങൾ താദാത്മ്യം പ്രാപിക്കുകയില്ല. നമ്മൾ അന ന്തവിശാലമാണ്. എന്നാൽ നാമെല്ലാം കൊച്ചുകൊച്ചു ഇടങ്ങളിൽ കുടുങ്ങിപ്പോയിരിക്കുന്നു. അതുകൊണ്ടാ ണ് ഇത്രയധികം ദുഃഖം. അത് മഹാസമുദ്രത്തെ ഒരു മഞ്ഞു കണികയിൽ ഒതുക്കുവാൻ പണിപ്പെടുന്നതു പോലെയാണ്. നമ്മൾ ചിറകുകളുള്ള പക്ഷികളാണ്, നമുക്ക് പറക്കുവാൻ ആകാശം മുഴുവനും ആവശ്യ മുണ്ട്, എന്നാൽ നാമെല്ലാം കൂട്ടിലകപ്പെട്ടിരിക്കുക യാണ്. നമ്മെ ആരും പിടിച്ച് കൂട്ടിലിട്ടതല്ല, നാം തന്നെയാണ് നമ്മെ കൂട്ടിലടക്കുന്നത് എന്നതാണ് വിരോധാഭാസം. നമ്മളാണ് തടവറ. തടവുപുള്ളിയും, തടവറമേധാവിയും നമ്മളാണ് -മറ്റാരും അവിടെയില്ല. അതുകൊണ്ടാണ് ഋഷിമാർ അതിനെ സപ്നമെന്ന് വിളിക്കുന്നത്- അതൊരു സ്വപ്നമാണ്. ഉണർന്നെ ഴുന്നേൽക്കുന്ന നിമിഷം, ''ഇത് വിചിത്രമായിരിക്കുന്നു, ഒരു സിംഹത്താൽ ഓടിക്കപ്പെടുകയായിരുന്നു ഞാൻ, എന്നാൽ ഞാൻ തന്നെയായിരുന്നു സിംഹവും ഓടി ക്കപ്പെടുന്നവനും. ഞാൻ ആ കാഴ്ചക്കാരനുമായിരുന്നു, എല്ലാ കാര്യങ്ങളുടെയും സാക്ഷി!'' എന്ന് നിങ്ങൾ കണ്ടെത്തുന്നു, ഇങ്ങനെയാണ് ജീവിതം, ഒരു സ്വപ്നം പോലെ.

ഇപ്പോൾ സമയമായിരിക്കുന്നു.... കുട്ടികൾ മണ്ടൻ വിനോദങ്ങളിൽ ഏർപ്പെട്ടുകൊണ്ടിരിക്കുകയാണെങ്കിൽ അവർക്ക് മാപ്പ് നൽകപ്പെടാം. അവർക്ക് വഴിതെറ്റിപ്പോകേണ്ടി വരും. പല തെറ്റുകളിലൂടെയും അവർ കടന്നു പോകേണ്ടതാവശ്യമായി വരും. എന്നാൽ പ്രായപൂർത്തിയായിക്കഴിഞ്ഞാൽ പിന്നെ നിങ്ങൾ മാപ്പിനർഹനല്ല.

ഏറ്റവും മണ്ടത്തരമായ വിനോദം അഹംബോധമാകുന്നു. കാരണം അത് യാഥാർത്ഥ്യത്തിനെതിരാണ്, അസ്തിത്വത്തിനെതിരാണ്. നമ്മൾ നമ്മുടെ ഭാവനയിൽ നിന്ന്, നമ്മുടെ മോഹങ്ങളിൽ നിന്ന്, നമ്മുടെ ഓർമ്മയിൽ നിന്ന്, നമ്മുടെ അഭിലാഷങ്ങളിൽ നിന്ന്, നമ്മുടെ അസൂയയിൽ നിന്ന് സ്വന്തം തടവറകൾ സൃഷ്ടിച്ചു കൊണ്ടേയിരിക്കുന്നു. അവ നമുക്ക് ചുറ്റും അതിസൂക്ഷ്മങ്ങളായ എടുപ്പുകൾ നെയ്തു കൊണ്ടേയിരിക്കുന്നു. ആ മുഴുവൻ എടുപ്പിനെയുമാണ് അഹംബോധം എന്നു പറയുന്നത്. മനസ്സിന്റെ ആകെ പ്രവർത്തനത്തെയാണ് അഹംബോധം എന്ന് പറയുന്നത്. ഈ നിമിഷം മുതൽ അതിനെക്കുറിച്ച് ബോധവാനായിത്തീരുക. പതുക്കപ്പതുക്കെ അതിൽ നിന്ന് പുറത്ത് കടക്കുക.

പ്രഭാതമനനം

ആളുകൾ ഭയം കൊണ്ട് മാത്രമാണ് ദൈവത്തിലേക്ക് പോകുന്നത്, ഭയമാകട്ടെ ഒരു ഗർത്തമാണ്, പാലമല്ല. നിങ്ങൾക്ക് ദൈവത്തെ ഭയമാണെങ്കിൽ, നിങ്ങൾക്കവനെ സ്നേഹിക്കുവാൻ കഴിയില്ല; ഭയത്തിന് പ്രേമം സൃഷ്ടിക്കുവാനാവില്ല. പ്രേമമില്ലെങ്കിൽ എങ്ങനെയാണ് പ്രാർത്ഥനയുണ്ടാവുക? എങ്ങനെയാണ് കൃതജ്ഞതയുണ്ടാവുക? ഭയമുണ്ടെങ്കിൽ, അതിന്റെ ആഴത്തിൽ വിദ്വേഷവുമുണ്ടായിരിക്കും: നിങ്ങൾ ഭയപ്പെടുന്ന ആളിനോട് പകരംവീട്ടുവാൻ നിങ്ങൾ ആഗ്രഹിക്കും.

ഈ ഭയോന്മുഖമായ മതം മൂലമാണ് ധീരന്മാരായ പലരും ഒരിക്കലും മതത്തിലേക്ക് അടുക്കാതിരിക്കുന്നത്; മതം ഭീരുത്വമായി തോന്നുന്നു. അത് അത്രയും ഭീരുത്വമായി തോന്നുന്നു. എന്നാൽ വാസ്തവത്തിൽ മതത്തിന് ഭയവുമായി യാതൊരു ബന്ധവുമില്ല, അതിന് പ്രേമവുമായിട്ടാണ് ബന്ധമുള്ളത്. ജീവിതത്തിലെ ഏറ്റവും വലിയ ധീരതയാണത്. കാരണം അത് നിങ്ങളെ ശരീരത്തിന്റെ, മനസ്സിന്റെ, ഹൃദയത്തിന്റെ അതിർവരമ്പുകൾക്കപ്പുറം കൊണ്ടു പോകുന്നു. അതു നിങ്ങളെ അജ്ഞാതത്തിലേക്ക് കൊണ്ടുപോകുന്നു. അജ്ഞാതവും അജ്ഞേയവുമായതിന്റെ മറ്റൊരു പേരാണ് ദൈവം. അതാണ് ഏറ്റവും വലിയ അപകടസാധ്യത, ഏറ്റവും വലിയ ത്യാഗം. എന്നാൽ എല്ലാം ത്യജിക്കപ്പെടുമ്പോൾ, നിങ്ങൾ ചാട്ടങ്ങളായും എടുത്തുചാട്ടങ്ങളായും, അതിഗംഭീരമായി വളരുവാൻ തുടങ്ങുന്നു.

പ്രദോഷമനനം

അഹംബോധമാണ് നമ്മുടെ നരകം. പക്ഷെ വിരോധാഭാസമെന്തെന്നാൽ നമ്മൾ തന്നെയാണ് അതിന്റെ സ്രഷ്ടാക്കളും. നമ്മളത് സൃഷ്ടിക്കുകയും സഹിക്കുകയും ചെയ്യുന്നു. എന്നാൽ അത് സൃഷ്ടിക്കാതിരിക്കലും പീഡനത്തിൽ നിന്ന് അകന്ന്മാറലും നമ്മുടെ കഴിവിനുള്ളിൽ തന്നെയാണ്. അഹംബോധം ഇല്ലാതാവുകയും പീഡനം ഇല്ലാതാവുകയും ചെയ്യുന്ന നിമിഷം നിങ്ങൾ പരമാനന്ദത്തിലാണ്. പരമാനന്ദമാണ് നമ്മുടെ പ്രകൃതം; പീഡനം സൃഷ്ടിക്കപ്പെട്ട ഒരു പ്രതിഭാസമാണ്, താത്കാലികമായി ഒരു പ്രതിഭാസം. പരമാനന്ദം സൃഷ്ടിക്കപ്പെട്ടതല്ല; അത് ഇപ്പോൾ തന്നെ അവിടെയുണ്ട്, പീഡനങ്ങൾക്കിടയിലും ഒരു അന്തർധാര പോലെ അതവിടെയുണ്ട്. നിങ്ങളത് സൃഷ്ടിക്കേണ്ട ആവശ്യമില്ല. നിലവിലുള്ള അവസ്ഥയാണത്- കേവലം പീഡനം സൃഷ്ടിക്കാതിരുന്നാൽ മാത്രംമതി. പീഡനം സൃഷ്ടിക്കുന്നതിന്റെ രഹസ്യമാകട്ടെ, അഹംബോധത്തിന്റെ ഘടനാസൂത്രത്തിലാണുള്ളത് ഒരു സന്ന്യാസിയായിരിക്കുക എന്നു വെച്ചാൽ അഹംബോധത്തെ വിട്ടുകളയുക എന്നർത്ഥമാകുന്നു. ഈ നിമിഷം മുതൽ നിങ്ങൾ സ്വയം ഉയർന്നവനായോ താഴ്ന്നവനായോ കരുതാതിരിക്കുക. അത് രണ്ടും അഹംബോധാത്മകമായ മനോഭാവങ്ങളാണ്. നിങ്ങളെ സ്വയം ഒരു വലിയ ആളായോ, ആരുമല്ലാതായോ ചിന്തിക്കാതിരിക്കുക. രണ്ടും അഹംബോധപരമായ മനോഭാവങ്ങളാണ്. അഹംബോധത്തിന്റെ കൗശലത്തെക്കുറിച്ച് മനസ്സിലാക്കാൻ ശ്രമിക്കുക. അതിന് വളരെ എളിയവനായിരിക്കുവാൻ പോലും കഴിയും. അതിന് ഇങ്ങനെ പറയുവാനാകും: "ഞാൻ എളിയവനാണ്. എന്നെക്കാളും എളിയവനായി ആരുമില്ല." ഇപ്പോൾ അഹംബോധം പിൻവാതിലിലൂടെ കടന്നു വന്നിരിക്കുകയാണ്.

പ്രഭാതമനനം

ഞാൻ നിങ്ങൾക്ക് മതത്തെക്കുറിച്ചുള്ള തികച്ചും നൂതനമായ ഒരു ദർശനമാണ് നൽകുന്നത്. അത് ഭയത്തിലധിഷ്ഠിതമല്ല; അത് ഭയരാഹിത്യത്തിൽ വേരുറച്ച് നിൽക്കുന്നു. അതിനാൽ ഞാൻ നിങ്ങളെ ഒരു വിശ്വാസപ്രമാണവും പഠിപ്പിക്കുന്നില്ല. ഒരു തത്വ ശാസ്ത്രവും ഒരു അനുഷ്ഠാന സമ്പ്രദായവും നൽകുന്നില്ല. കേവലം ആന്തരികതയിലേക്ക് പോകുന്നതിനും നിങ്ങളുടെ ആത്മാവിനെ ഉണർത്തുന്നതിനുമുള്ള ശാസ്ത്രമാണ് ഞാൻ നിങ്ങൾക്ക് നൽകുന്നത്. നിങ്ങൾക്ക് വേണ്ടി അത് ചെയ്തുതരാൻ മറ്റാർക്കുമാവില്ല. നിങ്ങൾക്ക് വേണ്ടി മറ്റാർക്കും അത് ചെയ്യാനാവില്ല, നിങ്ങൾ തന്നെ അത് ചെയ്യേണ്ടതുണ്ട്. ഗുരുവിന് വഴി ചൂണ്ടിക്കാട്ടുവാൻ മാത്രമേ കഴിയുകയുള്ളു. നിങ്ങൾ സ്വയം ആ വഴിയിൽ അനുഗമിക്കേണ്ടതുണ്ട്.

ഒരിക്കൽ നിങ്ങളുടെ അവബോധത്തിൽ ഒരു ചെറിയ ഇളക്കമെങ്കിലും തുടങ്ങി കഴിഞ്ഞാൽ ക്രമേണ ആ പ്രക്രിയക്ക് ആക്കം കൂടുന്നു. അതിനുശേഷം അത് സ്വയം വളർന്നുകൊണ്ടേയിരിക്കുന്നു. ആ ഒന്നാംപടിയാണ് ഏറ്റവും വിഷമകരമായത്. മരണത്തിന് തയ്യാറായിക്കൊണ്ട് വിത്തിന്റെ മണ്ണിലേക്കുള്ള നിപാതം, അതാണ് ഏറ്റവും പ്രയാസകരമായ ചുവടുവെയ്പ്പ്. ഒരിക്കൽ ആ ചുവടുവെച്ച് കഴിയുകയും വിത്ത് മണ്ണിനടിയിൽ മരിക്കുകയും ചെയ്തുകഴിഞ്ഞാൽ, ആ മുകുളം വളർന്നു തുടങ്ങുന്നു. തുടക്കത്തിൽ കേവലം രണ്ട് ഇലകൾ മാത്രം പുറത്ത് വരുന്നു. പിന്നീട്, അധികം താമസിയാതെ, ഒരു പച്ചിലച്ചാർത്ത്, പല പല ശാഖകളോടു കൂടിയ ഒരു മഹാവൃക്ഷം, ആയിരക്കണക്കിന് പുഷ്പങ്ങൾ....

പ്രദോഷമനനം

അഹംബോധമെന്നുവെച്ചാൽ നാം അസ്തിത്വത്തിൽനിന്ന് വ്യതിരിക്തനാണ്, നമ്മൾ ദ്വീപുകളെപ്പോലെയാണ് എന്നുള്ള ചിന്തയാണ്, ആ തോന്നലാണ്. അത് തികച്ചും തെറ്റായ ഒരു തോന്നലാണ്. നമ്മൾ നിലനിൽക്കുന്നത് വ്യതിരിക്തതയിലല്ല, വ്യതിരിക്തതയിൽ ഒരൊറ്റ നിമിഷംപോലും നമുക്ക് നിലനിൽക്കാനാവില്ല. നമുടെ ഉള്ളിലേക്ക് വരുന്ന ശ്വാസം നമ്മെ ബാഹ്യതയുമായി യോജിപ്പിച്ചു നിർത്തുന്നു. നാം ശ്വസിക്കുന്നതാകട്ടെ നാസിക കൊണ്ട് മാത്രമല്ല, ശരീരത്തിന്റെ ഓരോ സുഷിരത്തിലൂടെയും നാം ശ്വസിച്ചുകൊണ്ടിരിക്കുന്നു. നമുക്ക് ദാഹം തോന്നുന്നു- നാം വെള്ളം കുടിക്കുകയും ആ വെള്ളം ദാഹം ശമിപ്പിക്കുകയും ചെയ്യുന്നു. ഇവ നിരന്തരം ബാഹ്യതയിൽ നിന്ന് ആന്തരികതയിലേക്കും ആന്തരികതയിൽ നിന്ന് ബാഹ്യതയിലേക്കും നീങ്ങിക്കൊണ്ടിരിക്കുന്നു. ആഹാരം നിരന്തരം ചംക്രമണത്തിലാണ്, ശ്വാസം ചംക്രമണത്തിലാണ്. നമ്മൾ യാഥാർത്ഥ്യവുമായി അനുസ്യൂതമായൊരു കൈമാറ്റത്തിലാണ്. നമ്മൾ വ്യതിരിക്തരല്ല, ആയിരത്തൊന്ന് രീതികളിൽ നാം അന്യോന്യം പാലമിട്ട് ബന്ധിപ്പിക്കപ്പെട്ടിരിക്കുന്നു.

പ്രഭാതമനനം

മനുഷ്യൻ ആവശ്യത്തിലേറെ യുദ്ധത്തിൽ കഴിഞ്ഞിരിക്കുന്നു. പുറമെ അവൻ മറ്റുള്ളവരുമായി പോരടിക്കുന്നു, അകമേ അവൻ തന്നോടുതന്നെയും പോരടിക്കുന്നു. ഏതാണ്ട്, അവന് ജീവിക്കുവാൻ ഒരു മാർഗ്ഗമേ അറിയൂ, അത് പോരടിച്ചുകൊണ്ട് മാത്രമാണ് എന്നപോലെ. രാഷ്ട്രീയത്തിന്റെ പേരിൽ മറ്റുള്ളവരുമായി പോരടിക്കുക; മതത്തിന്റെ പേരിൽ തന്നോടുതന്നെ പോരടിക്കുക. ഇങ്ങനെയാണ് നാം ദുഃഖത്തെ സൃഷ്ടിക്കുന്നത്. പോരടിക്കലിന് സമാധാനം കൊണ്ടുവരാൻ കഴിയില്ല. നിരന്തരം പോരടിച്ചുകൊണ്ടിരിക്കുന്ന ഈ പഴയശൈലികൾ ഉപേക്ഷിക്കുന്നതെങ്ങനെയെന്ന് ഒരുവൻ പഠിക്കേണ്ടതുണ്ട്.

എന്റെ സമീപനം പ്രതിരോധരാഹിത്യത്തിന്റേതാണ്, പോരടിക്കാതിരിക്കലിന്റേതാണ്. പോരടിക്കാതിരിക്കലിന്റെ ആവശ്യമുണ്ട്. കാരണം ഇത് നമ്മുടെ അസ്തിത്വമാണ്, നാം അതിന്റെ ഭാഗമാണ്. അത് നമ്മോട് വിദ്വേഷമുള്ളതല്ല, നമുക്കെതിരല്ല. അത് നമ്മെ വിഴുങ്ങാൻ പോകുന്നില്ല. അതാണ് നമുക്ക് ജന്മം നൽകിയത്. അത് നമുക്ക് പോഷണം നൽകുന്നു, അത് വളരെ സൗഹൃദഭാവത്തിലാണ്, മാതൃതുല്യമാണ്. നിങ്ങളുടെ ശരീരം നിങ്ങളുടെ സുഹൃത്താണ്, നിങ്ങളുടെ മനസ്സും അതെ- അവയെ എങ്ങനെ ഉപയോഗിക്കണമെന്ന് നിങ്ങൾ അറിഞ്ഞിരിക്കുക മാത്രമേ വേണ്ടൂ.

ഇതായിരിക്കട്ടെ നിങ്ങളുടെ അടിത്തറ: അസ്തിത്വവുമായി സൗഹൃദത്തിൽ വർത്തിക്കുക, ബാഹ്യമായും ആന്തരികമായും, എല്ലാവരുമായും സൗഹൃദത്തിൽ വർത്തിക്കുക. സ്വയം നിങ്ങളോടു തന്നെയും - അതാണ് ഏറ്റവും കഠിനമായത്.... ആളുകൾ

സ്വയം സ്നേഹിക്കുന്നില്ല. അവർ ചെയ്യുന്ന ഏറ്റവും അവസാനത്തെ കാര്യമാണത്. ശത്രുവിനെ സ്നേഹിക്കുവാൻ എളുപ്പമാണ്; നിങ്ങളെത്തന്നെ സ്നേഹിക്കുവാനാണ് ഏറെ പ്രയാസം. നിങ്ങൾക്ക് നിങ്ങളെ നന്നായി അറിയാം– നിങ്ങൾക്കെങ്ങനെ നിങ്ങളെ സ്നേഹിക്കാൻ കഴിയും? എന്നാൽ തന്നെത്തന്നെ സ്നേഹിക്കുവാൻ കഴിയുന്ന ഒരാൾക്ക് എല്ലാവരെയും സ്നേഹിക്കുവാൻ കഴിയും. നിങ്ങൾ സ്വയം സ്നേഹിക്കുക, അപ്പോൾ നിങ്ങൾക്ക് നിങ്ങളുടെ ശത്രുവിനെയും സ്നേഹിക്കാതിരിക്കാൻ തരമില്ല, എല്ലാവരെയും സ്നേഹിക്കാതിരിക്കാൻ തരമില്ല. സ്വയം സ്നേഹിക്കുവാൻ കഴിയുമെങ്കിൽ സ്നേഹത്തിന്റെ പ്രാഥമികോപാധി നിങ്ങൾ നിറവേറ്റിക്കഴിഞ്ഞു. ആ സ്നേഹത്തിൽ നിന്ന് സമാധാനം ഉയർന്നുവരുന്നു. സമാധാനമാകട്ടെ, നമുക്ക് ദൈവികസന്ദേശങ്ങൾ ലഭിക്കുവാൻ തുടങ്ങുന്ന കവാടങ്ങളുമാകുന്നു.

പ്രദോഷമനനം

പോരടിക്കുമ്പോൾ മാത്രമാണ് അഹംബോധത്തിന് നിലനിൽക്കുവാൻ കഴിയുന്നത്. സമർപ്പണം അഹംബോധത്തെസംബന്ധിച്ച് വിഷമാകുന്നു. അതിനാലാണ് സമർപ്പണത്തിനു ഇത്രമേൽ ഊന്നൽ നൽകപ്പെട്ടിരിക്കുന്നത്. പോരടിക്കൽ അതിന് ആഹാരമാണ്. സമർപ്പണം വിഷവും. അഹംബോധം മരണപ്പെടേണ്ടതുണ്ട്, എങ്കിൽ മാത്രമേ നിങ്ങൾ പുനർജ്ജനിക്കുകയുള്ളു. ഒരു ഉറയിൽ രണ്ട് വാളുകളുണ്ടാവില്ല. നിങ്ങളുടെ ഉള്ളിൽ ഒന്നുകിൽ നിങ്ങൾക്ക് ജീവിക്കാം, അഹംബോധം പുറത്ത് പോകണം; അല്ലെങ്കിൽ അവിടെ അഹംബോധത്തിന് ജീവിക്കാം. അപ്പോൾ നിങ്ങൾ അധോലോകത്തിലേക്ക് പോകേണ്ടിവരും. അങ്ങനെയാണ് ലക്ഷോപലക്ഷം ആളുകൾ ജീവിക്കുന്നത്- അധോലോക ജീവിതങ്ങൾ. അഹംബോധങ്ങൾ സിംഹാസനത്തിൽ കയറിയിരിക്കുകയും ചെയ്യുന്നു.സമർപ്പണത്തിൽ അഹംബോധം അപ്രത്യക്ഷമാവുകയും അധോലോകത്തിൽ മറഞ്ഞിരിക്കുന്ന നിങ്ങളുടെ സത്ത അതിന്റെ സ്വാഭാവികമായ പദവിയിലേക്ക് തിരിച്ചുവന്ന് മുഖം കാണിക്കുവാൻ തുടങ്ങുകയും ചെയ്യുന്നു. അങ്ങനെ നിങ്ങളുടെ ജീവിതത്തിന് അസ്തിത്വത്തിന്റെ ഒരു ഉപകരണമായിത്തീരുവാൻ കഴിയും, അതിന്റെ ചുണ്ടിലെ മുളംതണ്ടായിത്തീരുവാൻ കഴിയും. നിങ്ങൾ കേവലം ഉള്ളുപൊള്ളയായ ഒരു മുളം തണ്ടായിത്തീരേണ്ടതുണ്ട്. അസ്തിത്വത്തെ വേണമെങ്കിൽ അതിലൂടെ അതിന്റെ ഗാനമാലപിക്കുവാൻ അനുവദിക്കുക. അല്ലെങ്കിൽ അതിനു വേണ്ടെങ്കിൽ, അപ്പോൾ നിശ്ശബ്ദത ആ സംഗീതത്തിന്റെ അത്രതന്നെ മധുരതരമാകുന്നു.

പ്രഭാതമനനം

പ്രേമത്തിൽ എന്റെ സന്ദേശം മുഴുവനും അടങ്ങിയിരിക്കുന്നു. സ്വയം സ്നേഹിക്കുക- അതാണ് തുടക്കം. അതിനുശേഷം നിങ്ങളോടടുത്ത് നിൽക്കുന്നവരെ സ്നേഹിക്കുക, അതിനുശേഷം ലോകത്തെ സ്നേഹിക്കുക, അതിനുശേഷം ഈ പ്രപഞ്ചത്തെയാകെ സ്നേഹിക്കുക, അതിനും ശേഷം മാത്രമേ നിങ്ങൾക്ക് ദൈവത്തെ സ്നേഹിക്കുവാൻ സാധിക്കുകയുള്ളു.

ആ യാത്ര ആരംഭിക്കുന്നത് ഒരുവന്റെ സ്വന്തം സത്തയിലും അവസാനിക്കുന്നത് ദൈവത്തിലുമാണ്. ഇവയാണ് നദിയുടെ രണ്ട് കരകൾ. നിങ്ങൾ ഒരു കരയിലാണ്, ദൈവം മറുകരയിലും. പ്രേമമാകുന്നു അവയെ കൂട്ടിയിണക്കുന്ന പാലം. ആ പാലം ആ നദിയാകെ മുറിച്ച് കടന്നു പോകുന്നതാണ്. എന്നാൽ ആളുകൾക്ക് പ്രേമത്തെ അത്യധികം ഭയമാണ്; അതുകൊണ്ടാണ് അവർ പ്രാർത്ഥിച്ചു കൊണ്ടേയിരിക്കുന്നത്. അവർ എന്താണ് ചെയ്യുന്നതെന്ന് അവർ ഒരിക്കലും മനസ്സിലാക്കുന്നില്ല. അവരുടെ പ്രാർത്ഥന വെറും അജ്ഞത മാത്രമാണ്. പ്രേമപൂർണ്ണമല്ലെങ്കിൽ ആ പ്രാർത്ഥന സത്യസന്ധമാകുവാൻ തരമില്ല. അവരുടെ ജീവിതത്തിൽ പ്രേമം നഷ്ടമാകുന്നു. എന്നാൽ അവർ പള്ളികളിലും അമ്പലങ്ങളിലും പോയിക്കൊണ്ടേയിരിക്കുന്നു. ഇത് തികച്ചും അസംബന്ധമാണ്.

നിങ്ങൾ പ്രേമത്തിൽ ജീവിക്കാത്തിടത്തോളം നിങ്ങൾക്ക് ദൈവത്തിന്റെ യാതൊരു ക്ഷേത്രത്തിലും പ്രവേശനമുണ്ടാവുകയില്ല. കൂടാതെ പ്രേമത്തിൽ ജീവിക്കുന്ന ഒരുവൻ ഒരു ക്ഷേത്രത്തിലും പോകേണ്ട

ആവശ്യവുമില്ല, അവൻ ഇപ്പോൾ തന്നെ അതിനക ത്താണ്.

ഈ ലളിതമായ സന്ദേശം ഓർത്തിരിക്കുകയും അത് ജീവിതത്തിൽ പകർത്തുവാൻ ശ്രമിക്കുകയും ചെയ്യുക. കാരണം നിങ്ങൾക്ക് വിശ്വസിക്കുവാനുള്ള ഒരു പ്രമാണമല്ല അത്, മറിച്ച് പരിണമിക്കപ്പെടേണ്ട ഒരു ജീവിതമാണ്. പ്രേമത്തിൽ പ്രഫുല്ലനം ചെയ്യുക, പ്രേമത്തിന്റെ സൗരഭ്യം വമിപ്പിക്കുക, അതാണ് പ്രാർത്ഥന. പ്രേമത്തിന്റെ സൗരഭ്യം മാത്രമേ ദൈവ ത്തിൽ എത്തിച്ചേരുന്നുള്ളു. മറ്റൊന്നും അവിടെ

പ്രദോഷമനനം

ധ്യാനത്തെക്കുറിച്ച് ഒരിക്കലും ഒന്നും അറിഞ്ഞിട്ടില്ലാത്ത മനുഷ്യൻ ഒരു ഊഷരജീവിതമാണ് നയിക്കുന്നത്, വെറുമൊരു മരുഭൂമിപോലെയുള്ളത്.

ഞാൻ ഒരു അമേരിക്കക്കാരനായ വിനോദസഞ്ചാരിയുടെ കഥ കേട്ടിട്ടുണ്ട്. അയാൾ നീന്തൽവസ്ത്രത്തിൽ വിയർത്തുകൊണ്ട് കടലിലേക്കോടുകയായിരുന്നു. വഴിക്ക് കണ്ടുമുട്ടിയ ഒരാളോട് അയാൾ ചോദിച്ചു, ''സമുദ്രത്തിലേക്ക് എത്ര ദൂരമുണ്ട്?'' ആ മനുഷ്യൻ അമേരിക്കക്കാരനെ നോക്കി. സഹതാപം തോന്നിയ അയാൾ പറഞ്ഞു, ''അവിടെയെത്താൻ വലിയ പ്രയാസമായിരിക്കും- ഇത് സഹാറയാണ്. കടലിലേക്ക് ഇവിടുന്ന് എണ്ണൂറ് മൈലെങ്കിലും ദൂരമുണ്ട്.'' അമേരിക്കക്കാരൻ പറഞ്ഞു, ''എങ്കിൽ ഞാൻ ഇവിടെ ഈ കടലോരത്ത് കുറച്ച് വിശ്രമിക്കേണ്ടിവരും!''

നിങ്ങളുടെ മരുഭൂമിയെ നിങ്ങൾക്ക് വേണമെങ്കിൽ ഒരു കടലോരമായി വിശ്വസിക്കാം. അങ്ങനെയാണ് ആളുകൾ ജീവിച്ചു കൊണ്ടിരിക്കുന്നത്, അവരുടെ മരുഭൂമി ഒരു കടൽത്തീരമാണെന്ന് അവർ വിശ്വസിക്കുന്നു. അത് വെറും മരുഭൂമിയാണ്. സഹാറയിൽ, കുറഞ്ഞപക്ഷം, എണ്ണൂറ് മൈൽ താണ്ടിക്കഴിഞ്ഞാൽ നിങ്ങൾ സമുദ്രം കണ്ടെത്തും, പക്ഷെ ധ്യാനമില്ലാത്ത ഒരു ജീവിതത്തിൽ ആ സഹാറ അന്തമില്ലാത്തതാണ്. എണ്ണൂറുമൈൽ താണ്ടിയാൽ പോലും....

പ്രഭാതമനനം

പ്രേമത്തെക്കുറിച്ച് നമ്മൾ സംസാരിക്കുന്നതു പോലെ സംസാരിച്ചിട്ടുള്ള മറ്റൊരു കാലഘട്ടമില്ല, മറ്റൊരു നൂറ്റാണ്ടില്ല. അതിനെക്കുറിച്ചുള്ള നിരന്തര മായ ഈ സംസാരം പ്രേമമെന്താണെന്ന് നമുക്കറി യാമെന്ന ഒരു മതിഭ്രമം നൽകുന്നുണ്ട്. എന്നാൽ നാം മറ്റുള്ളവരെ വഞ്ചിച്ചുകൊണ്ടിരിക്കുകയാണ്, നാം നമ്മെ തന്നെയും വഞ്ചിച്ചുകൊണ്ടിരിക്കുകയാ ണ്. മനുഷ്യൻ പ്രേമമില്ലാതെ മരിച്ചുകൊണ്ടിരിക്കു കയുമാണ്, കാരണം ശരീരത്തിന് ആഹാരമെന്ന പോലെ ആത്മാവിന് പ്രേമവും ആവശ്യമുണ്ട്. അതൊ രു അത്യാവശ്യമാണ്. എന്നാൽ ആഹാരം നിങ്ങൾക്ക് വേണ്ടത്ര ഉണ്ടാക്കാം, നിങ്ങൾക്ക് കൃഷി ചെയ്തു ണ്ടാക്കാം. മൊത്തമായി നിർമ്മിക്കാം. എന്നാൽ പ്രേമത്തിന്റെ കാര്യത്തിൽ തികച്ചും നൂതനമായ മറ്റൊരു സാങ്കേതികവിദ്യ നിങ്ങൾ പഠിക്കേണ്ടതുണ്ട്: വിശ്രാന്തിയിൽ വർത്തിക്കുക, തുറന്നിരിക്കുക, സുല ഭ്യനായിരിക്കുക എന്ന വിദ്യ.

അത് അപകടം പിടിച്ചതാണ്, തുറന്നിരിക്കുകയെ ന്നത് ആപത്കരമാണ്, കാരണം എന്താണ് സംഭവി ക്കാൻ പോകുന്നതെന്ന് ഒരുവൻ ഒരിക്കലും അറിയു ന്നില്ല. അതിനാൽ ആളുകൾ സ്വയം അടച്ചുവെക്കുന്നു. ആ അടച്ചുവെക്കലിൽ അവർക്ക് സുരക്ഷിതത്വം അനുഭവപ്പെടുന്നു. അവിടെ സുരക്ഷിതത്വം ഉണ്ടാ യിരിക്കും, എന്നാൽ ജീവിതം അപ്രത്യക്ഷമാകും. ജീവിച്ചിരിക്കുമ്പോൾ തന്നെ അവർ മൃതരാകുന്നു. അവർ ഏതാണ്ട് ശവക്കുഴിയിലാണ് - സുരക്ഷിതം, സംരക്ഷിതം, എല്ലാ കാര്യങ്ങളും ഉറപ്പാണ്, ഭയപ്പെ

ടേണ്ടതില്ല. എങ്കിലും ജീവിതമില്ലെങ്കിൽ പിന്നെ ഈ ഉറപ്പുകൾ കൊണ്ടൊക്കെ എന്തു കാര്യം?

യഥാർത്ഥമായൊരു ജീവിതം എപ്പോഴും സാഹസികമായിരിക്കും, പ്രേമമാണ് ഏറ്റവും വലിയ സാഹസികതയും. അത് അജ്ഞാതത്തിലേക്ക് കടന്നു ചെല്ലലാകുന്നു, അസ്തിത്വത്തെ നിങ്ങളെ ആവേശിക്കുവാൻ വിട്ടുകൊടുക്കലാകുന്നു. അസ്തിത്വത്തിന് നിങ്ങളെ ആവേശിക്കുവാൻ കഴിയുന്നതാകട്ടെ, നിങ്ങൾ അതിൽ വിലയം പ്രാപിക്കുവാൻ തയ്യാറാകുമ്പോൾ മാത്രമാണ്. ആ വിലയം പ്രാപിക്കലിൽ പ്രേമം വളരുന്നു. നിങ്ങൾ ഇല്ലാതാകുമ്പോൾ, പ്രേമം ഉണ്ടാകുന്നു. അങ്ങനെയാണ് ദൈവം സംഭവിക്കുന്നതും. പ്രേമം ദൈവത്തിന്റെ ആരംഭമാണ്. പ്രേമം ദൈവത്തിന്റെ മുന്നോടിയാണ്, ആ സൂര്യന്റെ ആദ്യകിരണം.

പ്രദോഷമനനം

പരമാനന്ദം ഒരിക്കലും നമ്മുടെ നേട്ടമല്ല. അങ്ങ നെയാകുവാൻ സാധ്യമല്ല. കാരണം അത് സംഭവി ക്കുന്നത് നമ്മൾ അപ്രത്യക്ഷമായി കഴിയുമ്പോൾ മാത്രമാണ്. നമ്മളാണ് അത് നേടിയതെന്ന് പ്രഖ്യാ പിക്കുവാൻ നമ്മൾ ഇപ്പോഴും അവിടെയുണ്ടെങ്കിൽ, അതൊരു കപടമായ പരമാനന്ദമാണ്. അത് യഥാർത്ഥ മല്ല. അത് കേവലം ഒരു സ്വപ്നം മാത്രമാണ്; വൈകാ തെ അത് പോയ്മറയുകയും നിങ്ങൾ ദുഃഖത്തിലേക്ക് തന്നെ തിരിച്ചു വീഴുകയും ചെയ്യും. മനസ്സ് നിങ്ങളുടെ മേൽ ഒരു വിദ്യ പ്രയോഗിച്ചിരിക്കുകയാണ്, മനസ്സ് വളരെ കൗശലക്കാരനുമാണ്, രാഷ്ട്രീയം കളിക്കു ന്നവൻ, രാജതന്ത്രജ്ഞൻ. നിങ്ങളെ അതിനെ ചുറ്റി പ്പറ്റി നിലനിർത്തുവാൻ വേണ്ടി ഓരോരോ മാർഗ്ഗങ്ങൾ അത് കണ്ടെത്തി കൊണ്ടേയിരിക്കും. അതിന്റെ അവ സാനത്തെ വിദ്യ, നിങ്ങളുടെമേൽ അതിനു കളിക്കാ വുന്ന ആത്യന്തികമായ വിദ്യ, കപടമായ ഒരു പരമാന ന്ദബോധം സൃഷ്ടിക്കലാണ്.

യഥാർത്ഥമായ പരമാനന്ദം എപ്പോഴും അസ്തി ത്വത്തിൽ നിന്നുള്ള ഒരു വരദാനമായിരിക്കും. അത് സംഭവിക്കുന്നത് അഹംബോധം മരിച്ചുവീഴുമ്പോൾ മാത്രമാണുതാനും.

അഹംബോധമാണ് പ്രതിബന്ധം. നിങ്ങളില്ലാ താകുന്ന നിമിഷം, അസ്തിത്വമുണ്ട്. നിങ്ങളുടെ സമ്പൂർണ്ണനിശ്ശബ്ദതയിലും ശൂന്യതയിലും അസ്തി ത്വം സംഭവിക്കുന്ന അനുഭവമാകുന്നു പരമാനന്ദം. നിങ്ങളുടെ സമ്പൂർണ്ണ നിശ്ശബ്ദമായ ആ ഇടത്തിൽ, യാതൊന്നും ഇടപെടുവാനില്ലാതെ- മനസ്സോ അഹം ബോധമോ വ്യതിചലിപ്പിക്കുവാനില്ലാതെ, ചഞ്ചല

പ്പെടുത്തുവാനില്ലാതെ, തടസ്സപ്പെടുത്തുവാനില്ലാതെ– ആ അസ്തിത്വത്തിന്റെ നൃത്തം, അതാണ് പരമാനന്ദം.

ധ്യാനത്തിന്റെ പ്രവർത്തനം നിഷേധാത്മകമാണ്. അത് അഹംബോധത്തെ നശിപ്പിക്കുവാൻ വേണ്ടിയുള്ളതാണ്. അപ്പോൾ പരമാനന്ദം സ്വയമേവ വന്നുചേരുന്നു.

പ്രഭാതമനനം

അദൃശ്യമായതിന് വേണ്ടി, വാഗതീതമായതിന് വേണ്ടി, യുക്ത്യതീതമായതിന് വേണ്ടി, മനസ്സിനപ്പുറമായതിന് വേണ്ടി, പരിണാമ വിധേയമല്ലാത്തതിന് വേണ്ടി, ഒരു സമ്പ്രദായമായി ലഘൂകരിക്കാൻ സാധ്യമല്ലാത്തതിനുവേണ്ടി, എന്തും ത്യജിക്കുവാൻ തയ്യാറാകുന്ന നിമിഷം, നിങ്ങൾ ഒരു വമ്പൻ ചാട്ടമെടുക്കുകയാണ്. മനസ്സ് അതിനെ ഭ്രാന്ത് എന്ന് വിളിക്കും. എന്നാൽ അതാണ് യഥാർത്ഥമായ വിവേക പൂർണ്ണത. ആ ഭ്രാന്ത് തന്നെയാണ് അസ്തിത്വത്തിലെ ഏറ്റവും അമൂല്യമായ പ്രതിഭാസം.

അല്പ്പം ചില ഭ്രാന്തന്മാരായ ആളുകൾ കാരണമാണ് മനുഷ്യരാശിക്ക് ദൈവവുമായുള്ള ബന്ധം നഷ്ടപ്പെടാതെയിരിക്കുന്നത്. ഇവിടെ ഒരു ബുദ്ധൻ, അവിടെ ഒരു യേശു, മറ്റെവിടെയോ ഒരു മുഹമ്മദ്- കേവലം കുറച്ചുപേർ, എന്നാൽ അവർ ദൈവവുമായി ബന്ധപ്പെട്ടുകൊണ്ട് നിലകൊള്ളുകയും അവരിലൂടെ മുഴുവൻ മനുഷ്യരാശിയും ദൈവവുമായി ബന്ധപ്പെട്ടുകൊണ്ടു തന്നെ നിലനിൽക്കുകയും ചെയ്തു.

തീരത്തിൽ അള്ളിപ്പിടിച്ചുകൊണ്ടേയിരിക്കുന്നവർ, സമുദ്രത്തെ അത്രയധികം ഭയപ്പെടുന്നവർ, ഭയം മൂലം അവരതിനെ നിഷേധിക്കുന്നു. അവർ പറയുന്നു, "അങ്ങനെ ഒരു സമുദ്രമേയില്ല. ഇതെല്ലാം ഭാവന മാത്രമാണ്. കാവ്യാത്മകമായ ഋഷീശ്വരഭാവന. സമുദ്രമില്ല, ഈ തീരം തന്നെയാണ് എല്ലാം." അവർ ഒരല്പ്പം സുഖത്തിൽ, അവരുടെ സ്വന്തമായ, ഭ്രാന്തമായ ഒരു കൊച്ചുലോകത്തിൽ ജീവിക്കുന്നുണ്ടാകാം.

OSHO
Never Born
Never Died
Only Visited This Planet Earth
Between Dec.11, 1931 - Jan.19, 1990.

എന്നാൽ ഓരോ നിമിഷവും അവർക്ക് നഷ്ടപ്പെട്ടു കൊണ്ടിരിക്കുകയാണ്. വളരുവാനുള്ള മഹത്തായ ഒരു സന്ദർഭം അവർ നഷ്ടപ്പെടുത്തുകയാണ്. വളർന്നു പക്വമായി മരണത്തിനപ്പുറം പോകുവാനും അസ്തിത്വത്തിലേക്ക് പ്രവേശിക്കുവാനുമുള്ള അവസരം അവർ നഷ്ടപ്പെടുത്തുകയാണ്.

പ്രദോഷമനനം

ധ്യാനമെന്നാൽ ആരുമല്ലാതായിത്തീരലെന്നർത്ഥം. അതിനർത്ഥം നിങ്ങൾ സ്വയം സമ്പൂർണ്ണതയിലേക്ക് വിലയം പ്രാപിക്കൽ എന്നാണ്- നിങ്ങളുടെ വ്യതിരിക്തത നിലനിർത്താതെ, പ്രതിരോധിക്കാതെ, എന്നാൽ വിലയം പ്രാപിച്ചുകൊണ്ട്..... സമ്പൂർണ്ണതയുമായുള്ള ഒരു പ്രണയബന്ധം, സമ്പൂർണ്ണതയുമായുള്ള ഒരു രതിമൂർച്ഛാപരമായ ഏകീഭാവം. തീർച്ചയായും സമ്പൂർണതയ്ക്കു മുമ്പിൽ നമ്മൾ ഒന്നുമല്ല- വളരെ ചെറുത്, സമുദ്രത്തിന് മുമ്പിൽ മഞ്ഞുതുള്ളികൾപോലെ. സമ്പൂർണ്ണതയോട് താരതമ്യം ചെയ്യുമ്പോൾ നിങ്ങൾ ഒന്നുമല്ല എന്നറിയുന്ന നിമിഷം നിങ്ങളതിനെ ആഹ്ലാദപൂർവ്വം സ്വീകരിക്കുന്നു- അടിയറവിലൂടെയല്ല, ആനന്ദാതിരേകത്തിലൂടെ. ആനന്ദാതിരേകത്തിന് കാരണം, അഹംബോധത്തോടൊപ്പം എല്ലാ ഉത്ക്കണ്ഠകളും എല്ലാ ഭയങ്ങളും അപ്രത്യക്ഷമാകുന്നു.

അഹംബോധത്തെ ഉപേക്ഷിക്കുന്ന നിമിഷം മരണഭയം പോലും അപ്രത്യക്ഷമാകുന്നു, കാരണം അഹംബോധം മാത്രമാണ് മരിക്കുന്നത്. നിങ്ങൾ എന്ന യാഥാർത്ഥ്യം അനശ്വരമാണ്. എല്ലാ ഉത്ക്കണ്ഠകളും വേവലാതികളും പോയ്മറഞ്ഞു കഴിയുമ്പോൾ നിങ്ങൾ സമ്പൂർണ്ണമായ വിശ്രാന്തിയിൽ അവശേഷിക്കുന്നു. അഹംബോധമില്ലായ്മയാണ് ധ്യാനത്തിന്റെ ആരംഭം, വിശ്രമം അതിന്റെ സഫലീകരണവും. യാതൊന്നും നിങ്ങളിൽ ഇളക്കമുണ്ടാക്കാത്ത വിധം അഗാധമായ വിശ്രമത്തിലായിത്തീരുമ്പോൾ, നിങ്ങൾ സ്വഭവനത്തിലെത്തിച്ചേർന്നിരിക്കുന്നു... സച്ചിദാന

ന്ദ്: സത്യം, അവബോധം, പരമാനന്ദം. ദൈവത്തിന്റെ മൂന്ന് മുഖങ്ങൾ, യഥാർത്ഥ ത്രിത്വം എന്ന് പൗരസ്ത്യ നാട്ടിലറിയപ്പെട്ടതെന്താണോ-അവിടെ എത്തിച്ചേർന്നിരിക്കുന്നു. നിങ്ങൾ തികച്ചും ശാന്തനും അചഞ്ചലനും ആയിക്കഴിയുമ്പോൾ ആ മൂന്ന് മുഖങ്ങളും നിങ്ങളുടേതാകുന്നു- നിങ്ങൾ ദൈവികതയായിത്തീരുന്നു. വാസ്തവത്തിൽ നിങ്ങൾ എപ്പോഴും ദൈവികതയായിരുന്നു, എന്നാലിപ്പോൾ നിങ്ങളത് കണ്ടെത്തുന്നു.

പ്രഭാതമനനം

ദൈവത്തെ സമീപിക്കേണ്ടത് യുക്തിയിലൂടെയല്ല, മറിച്ച് പ്രേമത്തിലൂടെയാണ്. യുക്തിയിലൂടെ അവനെ സമീപിക്കുന്നത് അവനെ നഷ്ടപ്പെടലാകുന്നു. ദൈവത്തെ നഷ്ടപ്പെടുമെന്നുറപ്പായ മാർഗ്ഗം യുക്തിയുടെ മാർഗ്ഗമാണ്. അത് തടയുന്നു, അത് തടസ്സം നിൽക്കുന്നു. ദൈവത്തെ ഒരു യൗക്തികവലയിൽ കുടുക്കി പിടിക്കാവുന്നതല്ല. യൗക്തികവല അത്യധികം അസംസ്കൃതമാണ്, ദൈവം വളരെ ലോലവും. അവൻ ഒരു മത്സ്യത്തെപ്പോലെ എന്നതിലേറെ ജലത്തെപ്പോലെയാണ്. മത്സ്യത്തെ നിങ്ങൾക്ക് വലയിൽ പിടിക്കാം. പക്ഷെ വെള്ളത്തെ കഴിയില്ല, വെള്ളം രക്ഷപ്പെടും.

ദൈവത്തെ അറിയുവാനുള്ള ഏകമാർഗ്ഗം പ്രേമത്തിലൂടെയാണ്. ഓർത്തുകൊള്ളുക, ഞാൻ പറയുന്നത് ഏകമാർഗ്ഗം എന്നാണ്– കാരണം പ്രേമം മാത്രമാണ് അസ്തിത്വത്തിന്റെ സൗന്ദര്യത്തിലേക്ക്, ഉള്ളതായ എല്ലാറ്റിന്റെയും മാഹാത്മ്യത്തിലേക്ക് നിങ്ങളുടെ ഹൃദയത്തെ തുറക്കുന്നത്. ആ മാഹാത്മ്യമാകുന്നു ദൈവം. അസ്തിത്വത്തിന്റെ മഹിമ തന്നെയാണ് ദൈവം.

നിരന്തരമായ ഒരു ആഘോഷം നടന്നു കൊണ്ടിരിക്കുന്നു: അത് ഒരു നൃത്തമാകുന്നു. ആദിയോ അന്തമോ ഇല്ലാത്തത്. എന്നാൽ നമ്മുടെ ഹൃദയങ്ങൾ അടഞ്ഞിരിക്കുന്നു, നാം നമ്മുടെ തലയിലൂടെ ദൈവത്തെക്കുറിച്ച് ചിന്തിച്ചു കൊണ്ടിരിക്കുകയും ചെയ്യുന്നു. തല തെറ്റായ സ്ഥലമാണ്. ദൈവത്തിന്റെ കാര്യത്തിൽ, തലയില്ലാത്തവനായി വർത്തിക്കുക.

പ്രദോഷമനനം

ധ്യാനിക്കുക, അങ്ങനെ പ്രാർത്ഥന സംഭവിക്കുമാറാകട്ടെ. പ്രാർത്ഥന സംഭവിച്ചിരിക്കുന്നു എന്നതിന്റെ ഒരേയൊരു തെളിവ് നിങ്ങൾ ആ പരിമളം അനുഭവിക്കും എന്നതാണ്. നിങ്ങളുടെ അനുഭവത്തിന്റെ പരിമളം മറ്റുള്ളവരും അനുഭവിക്കും. നിങ്ങളത് പ്രസരിപ്പിക്കും. അതായിരിക്കും നിങ്ങൾ, നിങ്ങൾ തൊടുന്നതെല്ലാം ആനന്ദനൃത്തമാടാൻ തുടങ്ങുകയും ചെയ്യും. പ്രാർത്ഥനയെന്തെന്നറിയുന്നവന്റെ സ്പർശത്താൽ പൊടിപടലം പോലും സ്വർണ്ണമായി പരിണമിക്കപ്പെടും,

പ്രാർത്ഥന ഇന്ദ്രജാലം തന്നെയാണ്- എന്നാൽ അത് വന്നുചേരുന്നത് ധ്യാനത്തിൽ നിന്നാണ്. ഒരിക്കലും മറിച്ചല്ല. അതിനാൽ ഇവിടെ എന്റെ ഊന്നൽ ധ്യാനത്തിലാണ്, പ്രാർത്ഥനയിലല്ല. കാരണം എനിക്കറിയാം പ്രാർത്ഥന തീർച്ചയായും സംഭവിക്കുമെന്ന്.. ധ്യാനം സംഭവിക്കുമെങ്കിൽ പ്രാർത്ഥന അനിവാര്യമാണ്. പ്രാർത്ഥനയുണ്ടെങ്കിൽ പരിമളം ഒരു സ്വാഭാവിക പരിണിതിയാണ്.

അതിനാൽ ഞാൻ പ്രാർത്ഥന പഠിപ്പിക്കുന്നില്ല, മനുഷ്യസേവനവും പഠിപ്പിക്കുന്നില്ല. കാരണം എനിക്കറിയാം, ധ്യാനം മാത്രമാണ് ആവശ്യമായിട്ടുള്ളതെന്ന്. ഒരിക്കൽ ധ്യാനം ഉണ്ടായാൽ മറ്റുള്ളതെല്ലാം അതാതിന്റെ സമയത്ത് വന്നുചേർന്നുകൊള്ളും. പ്രാർത്ഥന വരുന്നു, പ്രാർത്ഥനയിലൂടെ മനുഷ്യസേവനവും- അത് അതിന്റെ പരിമളമാണ്.

പ്രഭാതമനനം

പ്രാർത്ഥന ഒരു പുഷ്പമാണ്, അവബോധത്തിന്റെ ആത്യന്തികമായ പ്രഫുല്ലനം. അതിലും ഉന്നതമായ മറ്റൊന്നുമില്ല, അത് പ്രേമത്തിന്റെ പരമകോടിയാകുന്നു. സ്വാഭാവികമായും അതിമഹത്തായ സൗരഭ്യം അതിൽ നിന്നു വമിക്കപ്പെടുന്നു.

പ്രാർത്ഥനാനിരതനായ ഒരു മനുഷ്യൻ മഹത്തായ പ്രേമത്തിന്റെ ഉടമയാണ്. അയാൾ അസ്തിത്വവുമായി സമ്പൂർണപ്രണയത്തിലാണ്. അയാളുടെ ജീവിതം മുഴുവനും ഒരു പ്രണയബന്ധമാണ്. ഓരോ നിമിഷവും ഒരു ആഹ്ലാദമാണ്. കാരണം ഓരോ നിമിഷവും പുതുപുത്തൻ വിസ്മയങ്ങൾ കൊണ്ടുവരുന്നു, ഓരോ നിമിഷവും മഹത്തായ പാരിതോഷികങ്ങൾ കൊണ്ടുവരുന്നു. ഒരു നിമിഷവും ഒരിക്കലും പൊള്ളയാകുന്നില്ല.

നമ്മുടെ ആന്ധ്യംമൂലമാണ് നമുക്ക് ആ സൗന്ദര്യം കാണുവാൻ കഴിയാത്തത്. നമ്മുടെ ബാധിര്യം മൂലമാണ് നമുക്ക് ആ സംഗീതം കേൾക്കുവാൻ കഴിയാത്തത്. അല്ലെങ്കിൽ ആ സംഗീതം ചുറ്റുപാടുമുണ്ട്, ആ സൗന്ദര്യം നിങ്ങളെ ചൂഴ്ന്നിരിക്കുന്നു. പക്ഷെ അത് അനുഭവിക്കണമെങ്കിൽ നിങ്ങൾ ഒരു ഉന്നത വിതാനത്തിലേക്ക് ഉയരേണ്ടതുണ്ട്.

ലൈംഗികത കീഴ്പ്പോട്ട് നീങ്ങുന്ന ഊർജ്ജമാണ്. അത് പ്രവർത്തിക്കുന്നത് ഗുരുത്വാകർഷണ നിയമത്തിൻ കീഴിലാണ്. ഭൂമി അതിനെ താഴോട്ട് വലിക്കുന്നു. അത് ഭൗമികമാണ്. ശരീരശാസ്ത്രസംബന്ധിയാണ്, ജന്തുശാസ്ത്രസംബന്ധിയാണ്, രസതന്ത്രപരമാണ്. ശാസ്ത്രത്തിന് അത് പഠിക്കാം, ശാസ്ത്രീ

യമായ രീതിശാസ്ത്രങ്ങൾക്ക് വഴങ്ങുന്നതാണത്. അത് ഭൗതികമാണ്.

പ്രേമം കൂടുതൽ ഉന്നതമാകുന്നു. അത് ലൈംഗികതയുടെയും പ്രാർത്ഥനയുടെയും ഒത്ത നടുവിലാണ്. അതിന്റെ ഒരംശം എല്ലാ മനുഷ്യർക്കും ലഭ്യമാണ്. എന്നാൽ മറ്റേ ഭാഗം കാലത്തിലേക്ക് തുളച്ചു കയറുന്നു. ആന്തരികാന്വേഷണത്തിലേക്ക് നീങ്ങുവാൻ തുടങ്ങുന്നവർക്ക് മാത്രമേ അത് ലഭ്യമായിത്തീരുന്നുള്ളു.

സാധാരണ മനുഷ്യർക്ക് ലഭ്യമായിട്ടുള്ള ഒന്നാം ഭാഗം അബോധമാണ്. രണ്ടാം ഭാഗം ബോധമാകുന്നു. പ്രേമം ബോധാത്മകമാകുമ്പോൾ ആദ്യമായി ഭൂഗുരുത്വത്തിന് അപ്പുറമുള്ള ചില കാര്യങ്ങൾ, അതായത് കീഴ്പ്പോട്ട് നീങ്ങാത്തതായ, മേല്പ്പോട്ട് ചലിക്കുന്ന ചിലത് നിങ്ങളനുഭവിച്ചറിയുന്നു.

മൂന്നാമത്തേത് പ്രാർത്ഥനയുമാകുന്നു.

ലൈംഗികത കീഴ്പ്പോട്ട് പോകുന്നു പ്രേമം മേല്പ്പോട്ട് പോകുന്നു. പ്രാർത്ഥന എങ്ങോട്ടും പോകുന്നില്ല. അത് ഒരു സത്താവസ്ഥയാകുന്നു. ലൈംഗികത ചലനമാണ്, പ്രേമവും അതെ. അവ ചലിക്കുന്നത് ധ്രുവാത്മക വിപരീതങ്ങളായ ദിശകളിലാണ്. എന്നാൽ പ്രാർത്ഥന ഒരു നിശ്ചലബിന്ദുവാകുന്നു, അവിടെ ചലനമില്ല, ഒരു യാത്രയുമില്ല, ഒരു തീർത്ഥയാത്രയുമില്ല. നിങ്ങൾ കേവലം വർത്തിക്കുക മാത്രം ചെയ്യുന്നു.

ആ പ്രൗഢഗംഭീരമായ നിശ്ശബ്ദതയിലും നിശ്ചലതയിലും, കേവലം വർത്തിക്കുക മാത്രം ചെയ്യുമ്പോൾ, നിങ്ങൾ ദൈവത്തെക്കുറിച്ച് ബോധവാനായിത്തീരുന്നു. അസ്തിത്വം മുഴുവനും ദൈവികതയാൽ നിറയപ്പെടുന്നു. നിങ്ങൾ ദൈവികതയെ അനുഭവിക്കുന്നുവെന്നു മാത്രമല്ല, നിങ്ങളോട് അടുത്തു നിൽക്കുന്നവർക്കും നിങ്ങൾക്ക് നേരെ തുറന്നി

രിക്കുന്ന ആളുകൾക്കും അസാധാരണമായ, നിഗൂഢാത്മകമായ, അത്ഭുതകരമായ ചില അനുഭൂതികൾ ഉണ്ടാകുന്നു. അവർക്ക് അജ്ഞാതത്തിന്റെ അതിശക്തമായ ഒരു ആഘാതമേൽക്കുന്നു. ചില നിമിഷങ്ങളിൽ നിങ്ങൾക്കു ചുറ്റുമുള്ള ഒരു പ്രത്യേക പ്രകാശവലയത്തെക്കുറിച്ച് അവർ ബോധവാന്മാരായിത്തീർന്നേക്കാനും ഇടയുണ്ട്. അതാണ് പ്രാർത്ഥനയുടെ പരിമളം.

പ്രദോഷമനനം

ധ്യാനം കൂടാതെയുള്ള പ്രാർത്ഥന കപടമാണ്. എന്തുകൊണ്ടെന്നാൽ അത് വിശ്വാസങ്ങളെ ആശ്രയിച്ചു നിൽക്കുന്നു. നിങ്ങൾക്ക് അറിഞ്ഞുകൂടാത്ത ഒരു ദൈവത്തിൽ നിങ്ങൾ വിശ്വസിക്കേണ്ടി വരുന്നു. അറിഞ്ഞുകൂടാത്ത ഒരു ദൈവത്തോട് എങ്ങനെ നിങ്ങൾക്ക് യഥാർത്ഥത്തിൽ പ്രാർത്ഥിക്കുവാൻ കഴിയും? മറ്റുള്ളവരെയും നിങ്ങളെത്തന്നെയും വഞ്ചിക്കുവാൻ നിങ്ങൾക്ക് കഴിഞ്ഞേക്കാം. പക്ഷെ പ്രാർത്ഥനയ്ക്ക് വിശ്വാസത്തിൽ നിന്ന് ഉയർന്നു വരാൻ സാധ്യമല്ല. അത് അടിസ്ഥാനപരമായി സത്യസന്ധതയില്ലാത്തതാണ്. പ്രാർത്ഥനപോലും സത്യസന്ധമല്ലെങ്കിൽ ജീവിതത്തിൽ സത്യസന്ധമായിട്ടെന്താണുണ്ടാവുക? ജീവിതത്തിൽ എന്താണ് സത്യസന്ധമായുണ്ടാവുക? എന്നാൽ ഈ ലോകത്തിലുള്ള ലക്ഷോപലക്ഷം ജനങ്ങൾ ധ്യാനത്തെക്കുറിച്ച് യാതൊന്നുമറിയാതെ പ്രാർത്ഥിച്ചുകൊണ്ടേയിരിക്കുന്നു. തങ്ങൾ കൈവശം വെച്ചുകൊണ്ടിരിക്കുന്നത് യഥാർത്ഥ റോസാപ്പൂക്കളാണെന്ന് വിശ്വസിച്ചുകൊണ്ട് അവർ പ്ലാസ്റ്റിക്ക് പൂക്കളും കൊണ്ടു നടക്കുന്നു. അങ്ങനെ അവർ പ്രാർത്ഥനയിൽ മുഴുകിയിരിക്കുന്നുണ്ടെങ്കിലും അവരുടെ ജീവിതത്തിൽ പ്രാർത്ഥനയുടെ യാതൊരു പരിമളവും ഇല്ല. നേരെമറിച്ച്, അവരുടെ ജീവിതം എല്ലാത്തരത്തിലുമുള്ള തിന്മകളാൽ - അസൂയകൾ, വിദ്വേഷങ്ങൾ, ഹിംസ, അത്യാർത്തി എന്നിവയാൽ - കെട്ട് നാറുന്നു. അവിടെ യാതൊരു പരിമളവും ഉള്ളതായി തോന്നുന്നേയില്ല.

എന്റെ സ്വന്തം നിരീക്ഷണം എന്തെന്നാൽ, ഒരു

യഥാർത്ഥമായ മതം ധ്യാനത്തിൽ നിന്ന് ആരംഭിക്കുന്നു. ധ്യാനമെന്നാൽ ചിന്താരഹിതമായ നിശ്ശബ്ദതയുടെ ഒരവസ്ഥ എന്നർത്ഥം. യാതൊരു ചിന്തയും നിങ്ങളുടെ നിശ്ശബ്ദതയെ അലോസരപ്പെടുത്താതെ, അതിന് ഇളക്കം തട്ടിക്കാതെ, നിങ്ങൾ പരിപൂർണ്ണമായ നിശ്ശബ്ദതയിലായിരിക്കുമ്പോൾ, അത്തരത്തിലുള്ള ഒരു നിശ്ശബ്ദതയുടെ ആനന്ദം അതിഗംഭീരമാകുന്നു; അപ്പോൾ നിങ്ങൾക്ക് ഈ പ്രപഞ്ചത്തോട് നന്ദി പറയാതിരിക്കാൻ പറ്റില്ല. അങ്ങനെ ചെയ്യാതിരിക്കുവാൻ അസാധ്യമാണ്, കൃതജ്ഞതാഭരിതനാകാതിരിക്കുക അസാധ്യമാണ്. അതിൽ പിന്നീട് അതൊരിക്കലും ഒരു വിശ്വാസത്തിന്റെ പ്രശ്നമാകുന്നില്ല. നിങ്ങൾക്ക് ആ പരമാനന്ദം അറിയാം, ആ നിശ്ശബ്ദത, അതിന്റെ സംഗീതം നിങ്ങൾ അനുഭവിച്ചു കഴിഞ്ഞു. ആ സംഗീതത്തിലൂടെ നിങ്ങളുടെ ഹൃദയം പ്രാർത്ഥനാനിർഭരമായി തീർന്നിരിക്കുന്നു. നിങ്ങൾ അസ്തിത്വത്തെ നമിക്കുന്നു.

പ്രഭാതമനനം

മനുഷ്യൻ സാധാരണഗതിയിൽ ശൂന്യനാണ്, പൊള്ളയാണ്, അതാണ് അവന്റെ ദുഃഖം. അവന് അകം നിറഞ്ഞിരിക്കണമെന്നുണ്ട്. അതിനാൽ അവൻ സ്വയം കുത്തി നിറച്ചു കൊണ്ടിരിക്കുന്നു. ആഹാരം കൊണ്ട്, ലൈംഗികത കൊണ്ട്, മദ്യംകൊണ്ട്, പണം കൊണ്ട്, മറ്റു വസ്തുക്കൾകൊണ്ട്; സാങ്കേതികവിദ്യലഭ്യമാക്കിക്കൊണ്ടിരിക്കുന്ന പലതരം യന്ത്രസാമഗ്രികൾകൊണ്ട്. പക്ഷെ എന്നിട്ടും ആന്തരികമായ ശൂന്യത എന്നെത്തേതുംപോലെ അതേപടി നിലനിൽക്കുന്നു. വാസ്തവത്തിൽ ചുറ്റുപാടും എല്ലാത്തരത്തിലുള്ള വസ്തുക്കളും നിറഞ്ഞിരിക്കുമ്പോൾ അവനാശൂന്യത കൂടുതൽ അനുഭവിക്കുവാൻ തുടങ്ങുകയാണ് ചെയ്യുന്നത്. ആ വിപരീതസാദൃശ്യത്തിൽ ആന്തരികത വളരെ ദരിദ്രമായി തോന്നുന്നു. പണത്തിനും പ്രതാപത്തിനും അധികാരത്തിനും വേണ്ടിയുള്ള അന്വേഷണം, അടിസ്ഥാനപരമായി, സത്തയിൽ ഒരു നിറവ് സൃഷ്ടിക്കുന്നതിന് വേണ്ടിയാണ്, എന്നാൽ അതൊരു തെറ്റായ ദിശയാണ്. നിറവേറുവാനുള്ള വഴി അതല്ല, നിറവേറുവാനുള്ള മാർഗ്ഗം പ്രേമത്തിന്റെ മാർഗ്ഗമാണ്, പ്രാർത്ഥനയാൽ, ദൈവകൃപയാൽ. സ്വയം നിറയുക ഒന്നു മാത്രമാണ് ആ മാർഗ്ഗം: ദൈവത്താൽ സ്വയം ഗർഭിണിയാവുക, ദൈവത്തിനും അവന്റെ സകല മഹത്വത്തിനും സൗന്ദര്യത്തിനും സുലഭ്യനായി വർത്തിക്കുക.....

അസ്തിത്വത്തെ പ്രേമിക്കുക, അങ്ങനെ നിങ്ങൾ സ്വയം നിറയും. നിരുപാധികമായി പ്രേമിക്കുക, അപ്പോൾ നിങ്ങൾ നിറഞ്ഞു കവിയും. അങ്ങനെ നിറഞ്ഞു കവിയുവാൻ തുടങ്ങുന്ന നിമിഷം നിങ്ങൾ സ്വഭവനത്തിലെത്തുന്ന നിമിഷമാകുന്നു. ഒരുവൻ എത്തിച്ചേർന്നിരിക്കുന്നു. അപ്പോൾ അതിമഹത്തായ സംതൃപ്തി കൈവരുന്നു.

പ്രദോഷമനനം

പ്രാർത്ഥന നിശ്ശബ്ദതയല്ലാതെ, പരിശുദ്ധ നിശ്ശബ്ദതയല്ലാതെ മറ്റൊന്നുമല്ല. നിങ്ങൾ ആരോടും ഒന്നും പറയുന്നില്ല; അപരൻ തികച്ചും അസന്നിഹിതനാണ്. നിങ്ങളുടെ അവബോധത്തിൽ യാതൊരു ഉള്ളടക്കവും ഇല്ല, അവബോധതടാകത്തിൽ ഒരു കൊച്ചോളം പോലും അനങ്ങുന്നില്ല: എല്ലാം നിശ്ചലവും നിശ്ശബ്ദവുമാണ്. യാതൊന്നും പറയപ്പെടുന്നില്ല. എങ്കിലും ഹൃദയം, ഹൃദയത്തിന്റെ മിടിപ്പ്, രക്തപ്രവാഹം, ആ നിശ്ശബ്ദതയെ ചൂഴ്ന്നു നിൽക്കുന്ന ദൈവികതാ കൃപ... നമുക്ക് വേണ്ടി ഈ അസ്തിത്വം ചെയ്തിട്ടുള്ള എല്ലാറ്റിനും വേണ്ടി അസ്തിത്വത്തിനു മുന്നിൽ തല കുനിക്കണമെന്നുള്ള അതിമഹത്തായ ഒരു വികാരം, അതാണ് പ്രാർത്ഥന. അതിനാൽ ഞാനിവിടെ പ്രാർത്ഥന പഠിപ്പിക്കുന്നില്ല. ഞാൻ നിശ്ശബ്ദത മാത്രമാണ് പഠിപ്പിക്കുന്നത്, കാരണം പ്രാർത്ഥന നിശ്ശബ്ദതയുടെ അനിവാര്യമായ അനന്തരഫലമാണ്; അത് നിശ്ശബ്ദതയുടെ ഒരു പുഷ്പീകരണമാണ്. നിശ്ശബ്ദത സൃഷ്ടിക്കുവാൻ വേണ്ടി നിങ്ങൾ ശ്രമിക്കുന്നു, നിങ്ങളുടെ ശ്രമം പൂർത്തിയാകുമ്പോൾ പ്രാർത്ഥന വന്നുചേരുകയും ചെയ്യുന്നു. അത് വസന്തം വന്നുചേരുന്നതുപോലെയാണ്, അപ്പോൾ വൃക്ഷങ്ങളിൽ നിറയെ പൂക്കളുണ്ടാകുന്നു. നിശ്ശബ്ദത സൃഷ്ടിക്കുക. അങ്ങനെ നിങ്ങൾ വസന്തം സൃഷ്ടിക്കുന്നു. ഇപ്പോൾ പുഷ്പങ്ങൾ അങ്ങ് വിദൂരത്തിലല്ല, അവ വന്നേ തീരൂ. നിശ്ശബ്ദത സൃഷ്ടിക്കുക, അങ്ങനെ നിങ്ങൾ പ്രാർത്ഥനയാൽ അനുഗ്രഹീതനായിത്തീരും.

പ്രഭാതമനനം

നമുക്ക് പൂർണ്ണമായും ജാഗരണം പ്രാപിക്കുന്നതിനുള്ള സാധ്യതാശേഷിയുണ്ട്. നാം അത് സാക്ഷാത്കരിക്കണമെന്നില്ല. അത് നമ്മുടെ ഉത്തരവാദിത്വമാണ്. ആ വിത്തും മണ്ണും കാലാവസ്ഥയും, അതുപോലെ ആവശ്യമുള്ളതെല്ലാം നമുക്കുണ്ട്. എന്നിരിക്കലും നിങ്ങൾ ആ വിത്ത് മണ്ണിലേക്കിടണമെന്നില്ല. നിങ്ങളത് സൂക്ഷിച്ച് വെച്ചേക്കാം, അടച്ചു പൂട്ടിയ കവാടങ്ങൾക്കു പിന്നിൽ ഇരുമ്പലമാരയ്ക്കുള്ളിൽ അത് നിധിപോലെ സൂക്ഷിച്ച് വെച്ചേക്കാം. അപ്പോൾ ആ സാധ്യത ഒരു സാധ്യത മാത്രമായി നിലകൊള്ളും, നിങ്ങളുടെ ജീവിതം നിറവേറപ്പെടാത്ത ഒരു അവസരം മാത്രമായി നിലനിൽക്കും.

അതുകൊണ്ടാണ് ലക്ഷക്കണക്കിന് ആളുകൾ പീഡനത്തിൽ കഴിയുന്നത്. എനിക്കറിയാവുന്നതായി ഒരു പീഡനം മാത്രമേയുള്ളു: നിങ്ങൾക്ക് ആയിത്തീരുവാൻ കഴിവുള്ള ആ സാധ്യത സാക്ഷാൽക്കരിക്കപ്പെടുന്നില്ല എന്നുള്ളതാണത്. ലോകത്തിലെ ഏറ്റവും കൊടിയ ഒരേയൊരു പീഡനം അതാണ്. മറ്റുള്ളതെല്ലാം അപ്രധാനങ്ങളാണ്, അപ്രസക്തങ്ങളാണ്. യഥാർത്ഥമായ പീഡനം നിങ്ങളുടെ സാധ്യതയെ ഒരു യാഥാർത്ഥ്യമായി പരിണമിപ്പിക്കുവാനുള്ള അവസരം നഷ്ടപ്പെട്ടുകൊണ്ടേയിരിക്കുന്നു എന്നുള്ളതാണ്.

വളരെ കുറച്ചു പേർ മാത്രമേ ജീവിതത്തിന്റെ പറുദീസയെ അറിയുന്നുള്ളു. മറ്റുള്ളവരെല്ലാം അസ്തിത്വം എന്ന മഹത്തായ അനുഗ്രഹാശിസ്സിനെക്കുറിച്ചും അതിന്റെ മനോഹാരിതയെക്കുറിച്ചും തികച്ചും അബോധവാന്മാരാണ്.

പ്രദോഷമനനം

പരമാനന്ദം എല്ലാവരുടെയും പ്രേമഭാജനമാകുന്നു. നാം എന്ത് ചെയ്യുകയാണെങ്കിലും, പരമാനന്ദത്തെ അന്വേഷിക്കുകയാണ് നാം ചെയ്യുന്നത്. എല്ലാ പ്രവൃത്തികളിലും- ശരിയോ തെറ്റോ, സാന്മാർഗ്ഗികമോ അസാന്മാർഗ്ഗികമോ, ഭൗതികമോ ആദ്ധ്യാത്മികമോ- അന്വേഷണം ഒന്നു തന്നെയാണ്. പരമമായ പ്രേമഭാജനത്തിനുവേണ്ടിയുള്ള അന്വേഷണം, അതാണ് പരമാനന്ദം.

നിങ്ങൾ തീർത്തും നിശ്ശബ്ദനും നിശ്ചലനും ആകുന്ന നിമിഷം; നിങ്ങളുടെ സത്തയ്ക്കുള്ളിൽ ഉയർന്നു വരുന്ന ആ നിമിഷമാണ് ഒരുവൻ യഥാർത്ഥത്തിൽ ഭൂജാതനാകുന്ന നിമിഷം. അതിനുമുമ്പ് ഒരുവൻ ശരീരശാസ്ത്രപരമായി മാത്രമേ ജനിക്കുന്നുള്ളു, ആത്മീയമായി ജനിക്കുന്നില്ല. അതിനുമുമ്പ് ഒരുവൻ ഒരാത്മാവല്ല. അതിനുശേഷം മാത്രമാണ് ഒരുവൻ ആത്മാവായിത്തീരുന്നത്, അനശ്വരനായിത്തീരുന്നത്, ഒരുവൻ ഒരു ദേവനായിത്തീരുന്നത്.

പ്രഭാതമനനം

നിങ്ങളുടെ പരമോന്നതമായ സത്തയെക്കുറിച്ച് നിങ്ങൾ അറിയുന്ന നിമിഷം, നിങ്ങൾ ഒരു ചക്രവർത്തിയായിത്തീരുന്നു. അതിനുമുമ്പ്, ഒരുവൻ ഒരു യാചകനായിട്ടാണ് നിലകൊള്ളുന്നത്. ആത്മജ്ഞാനം നിങ്ങളെ ആദ്യമായി നിങ്ങളുടെ സാമ്രാജ്യത്തെക്കുറിച്ച് ബോധവാനാക്കുന്നു. ആ സാമ്രാജ്യം ബാഹ്യതയുടേതല്ല. ബാഹ്യമായ സാമ്രാജ്യങ്ങളെല്ലാം മിഥ്യയാണ്. അവ മണൽ കൊട്ടാരങ്ങളാണ്, അല്ലെങ്കിൽ ചീട്ടുകൊട്ടാരങ്ങളാണ്: ഏതു നിമിഷവും അവ അപ്രത്യക്ഷമാകാം. ഒരു ചെറിയ കാറ്റ് മാത്രമേ വേണ്ടൂ, അവയെ നശിപ്പിക്കുവാൻ.

എന്നാൽ മറ്റൊരു സാമ്രാജ്യം കൂടിയുണ്ട്. ആന്തരികതയുടെ സാമ്രാജ്യം- അതാണ് യഥാർത്ഥമായ സാമ്രാജ്യം, യഥാർത്ഥമായ നിധി. അതിനെ അറിയലാണ് അതിനെ സ്വന്തമാക്കൽ. ആ അറിയൽ തന്നെ അതിന്റെ ഉടമസ്ഥത. അത് നമ്മുടേതാണ്. നാമതിനെക്കുറിച്ച് കേവലം മറന്നു പോയിരിക്കുകയാണ്. അത് നഷ്ടപ്പെട്ടതല്ല, മറന്നുപോയതു മാത്രമാണ്. അതു സ്മരിക്കപ്പെടുന്ന നിമിഷം, നിങ്ങളുടെ യാഥാർത്ഥ്യം തിരിച്ചറിയപ്പെടുന്ന നിമിഷം, നിങ്ങൾക്ക് ഒരു കാമനകളുമില്ല. കാരണം എല്ലാം നിറവേറപ്പെട്ടിരിക്കുന്നു. നിങ്ങൾക്ക് എക്കാലത്തും ആവശ്യമായിരുന്നതെല്ലാം ഇപ്പോൾ സുലഭ്യമായിരിക്കുന്നു. ദൈവം അത് തുടക്കത്തിൽ തന്നെ നിങ്ങൾക്ക് നൽകിയിട്ടുണ്ടായിരുന്നു. ദൈവം യാചകന്മാരെ സൃഷ്ടിക്കുന്നില്ല, ചക്രവർത്തിമാരെ മാത്രമേ സൃഷ്ടിക്കുന്നുള്ളു.

പ്രദോഷമനനം

അവബോധവാനായ ഒരു മനുഷ്യൻ, ധ്യാനാത്മകനായ ഒരു വ്യക്തി, ഒരിക്കലും വ്യതിചലിക്കപ്പെടുന്നില്ല. കാരണം അവൻ എല്ലാ കാര്യങ്ങളും നിരീക്ഷിക്കുന്നു. അവൻ ഫോൺ റിംഗ് ചെയ്യുന്നത് നിരീക്ഷിക്കും, കുട്ടി കരയുന്നത് നിരീക്ഷിക്കും, അയൽവാസികളെ നിരീക്ഷിക്കും, അവരുടെ റേഡിയോകളുടെ ശബ്ദം കൂടിക്കൂടി വരുന്നതും നിരീക്ഷിക്കും- അയാൾക്ക് അതുമായി യാതൊരു ബന്ധവുമില്ലതാനും. അതിനാൽ എന്തെല്ലാം സംഭവിച്ചാലും- തീവണ്ടി കൂവി വിളിക്കുന്നു, വിമാനം ആകാശത്തിലൂടെ ഇരമ്പി പറക്കുന്നു, അല്ലെങ്കിൽ അകലെയെവിടെയോ ഒരു കുയിൽ കൂവി വിളിക്കുന്നു- എല്ലാ കാര്യങ്ങളും അതിൽ ഉൾക്കൊള്ളുന്നു. അത് ഒരു പാടവമാണ്. നിങ്ങൾ അത് ചെയ്തുകൊണ്ടേയിരിക്കുകയാണെങ്കിൽ പതുക്കെപ്പതുക്കെ ആ വിരുത് നിങ്ങൾക്ക് കൈവരുന്നു. ധ്യാനമെന്ന വിരുത് നിങ്ങൾ കൈവരിച്ചുകഴിയുന്ന നിമിഷം നിങ്ങൾ ഒരു പുതുസത്തയാകുന്നു. അത് ഒരു പുതുജന്മമാണ്, യഥാർത്ഥജന്മം, കാരണം ആ നിമിഷത്തിൽ നിങ്ങളറിയും, നിങ്ങൾ ശരീരമോ മനസ്സോ അല്ല, നിങ്ങൾ പരിശുദ്ധമായ അവബോധമാണ് എന്ന്. ആ നിമിഷത്തിൽ തന്നെ നിങ്ങളറിയുന്നു, ഈ പരിശുദ്ധമായ അവബോധം ജനനത്തിനു മുമ്പും ഉണ്ടായിരുന്നു, മരണത്തിന് ശേഷവും ഉണ്ടായിരിക്കും എന്ന്. അത് അമർത്ത്യമാണ്. ഇതാണ് അമർത്ത്യതയുടെ കണ്ടുപിടുത്തം. അമർത്ത്യതയെ കണ്ടെത്തുകയെന്നാൽ നിത്യതയെ കണ്ടെത്തലാകുന്നു.

പ്രഭാതമനനം

ധ്യാനത്തേക്കാൾ വിലപിടിച്ചതായി മറ്റൊന്നുമില്ല. ധ്യാനത്തെ രുചിച്ച് നോക്കിയിട്ടില്ലാത്തവരാണ് ലോകത്തിലെ ഏറ്റവും ദരിദ്രരായ ആളുകൾ. അവർക്ക് എല്ലാ സമ്പത്തുകളും ഉണ്ടായിരിക്കാം, എന്നിട്ടും അവർ യാചകരായി. കാരണം യഥാർത്ഥമായ നിധി അവരറിഞ്ഞിട്ടില്ല. മരണത്താൽ നശിപ്പിക്കപ്പെടാൻ കഴിയാത്ത നിധി, നിങ്ങളിൽ നിന്ന് എടുത്തുമാറ്റാൻ കഴിയാത്ത നിധി, നിങ്ങൾ ആയിരിക്കുന്ന നിധി.

രത്നങ്ങളുടെ തീർത്താൽ തീരാത്ത ഒരു നിധി ശേഖരം നമ്മൾ കൊണ്ടു നടക്കുന്നുണ്ട്. എന്നാൽ നാം അത് പര്യവേക്ഷണം ചെയ്യുന്നില്ല. നമ്മുടെ സ്വന്തം ആന്തരികലോകത്തെ പര്യവേക്ഷണം ചെയ്യുന്ന കാര്യം നമ്മൾ അമ്പേ മറന്നുപോയിരിക്കുന്നു. നാം ബാഹ്യവുമായി അമിതമായി അടിപ്പെട്ടുപോയിരിക്കുന്നു. നമ്മൾ അത്രയേറെ ബാഹ്യവ്യാപൃതരായിരിക്കുന്നു, അത്രയധികം ബഹിർമുഖരായിരിക്കുന്നു. അതായത് നമ്മൾ ആന്തരികതയെ പര്യവേക്ഷണം ചെയ്യുന്നില്ലെന്നു മാത്രമല്ല, അങ്ങനെയൊരു ആന്തരികതയുണ്ടെന്ന് വിശ്വസിക്കുക പോലും ചെയ്യുന്നില്ല. അതുകൊണ്ടാണ് ആളുകൾ പറയുന്നത് ആത്മാവില്ല, ദൈവമില്ല എന്ന്. വാസ്തവത്തിൽ അവർ പറയുന്നത് മനുഷ്യന് യാതൊരു ആന്തരികത്വവും ഇല്ല എന്നാണ്. അവർ പറയുന്നു, അസ്തിത്വത്തിന് യാതൊരു ആന്തരികത്വവും ഇല്ല എന്ന്. അത് അസംബന്ധമാണ്. കാരണം ആന്തരികം കൂടാതെ ബാഹ്യമുണ്ടാകുവാൻ സാധ്യമല്ല. അതുപോലെ ബാഹ്യം കൂടാതെ ആന്തരികവും ഉണ്ടാകുവാൻ സാധ്യമല്ല.

പ്രദോഷമനനം

എങ്ങനെ അപ്രത്യക്ഷമാകും, എങ്ങനെ നശീകരിക്കപ്പെടും എന്ന് പഠിക്കുക. സ്വയം ഇല്ലാതായിത്തീരൽ എങ്ങനെയെന്ന് പഠിക്കുക. ജീവിതത്തിലെ ഏറ്റവും മഹത്തായ കല അതാണ്. കാരണം അഹംബോധം അത്രമാത്രം കൗശലക്കാരനാണ്. അത് എപ്പോഴും പിൻവാതിലിലൂടെ കടന്നുവരാം. അതിന് എന്തെങ്കിലും മാർഗ്ഗം കണ്ടുപിടിക്കാം. അതിന് വിനീതനാകാൻ കഴിയും, ദീനദയാലുവാകാൻ കഴിയും. അതിന് പുണ്യവാളനാകാൻ കഴിയും, വിശുദ്ധനാകാൻ കഴിയും. അതിന് എല്ലാത്തരത്തിലുള്ള വിദ്യകളും കളിക്കുവാൻ കഴിയും, കരുതിയിരുന്നുകൊള്ളുക. അഹംബോധത്തിന്റെ രീതികൾ നിങ്ങൾ എത്രകണ്ട് മനസ്സിലാക്കുന്നുവോ അത്രകണ്ട് നിങ്ങൾ അതിൽ നിന്ന് സ്വതന്ത്രനായിത്തീരും. കാരണം എന്തെല്ലാം തന്ത്രങ്ങൾ പ്രയോഗിച്ചാലും അതെല്ലാം നിങ്ങൾ അറിഞ്ഞുകഴിഞ്ഞിരിക്കുന്നു. അതിനാൽ അതിന് നിങ്ങളുടെമേൽ ഇനി കളിക്കുവാനാകില്ല. പതുക്കെപ്പതുക്കെ എല്ലാ വാതിലുകളും അടയുന്നു. ഒരു ദിനം അവസാനത്തെ തന്ത്രം പരാജയപ്പെടുമ്പോൾ നിങ്ങൾ നിങ്ങളിൽ നിന്നും മുക്തനായിത്തീരുന്നു.

അതാണ് മോക്ഷം. മതാത്മകമായ എല്ലാ പരിശ്രമങ്ങളുടെയും ആത്യന്തികലക്ഷ്യവും അതാണ്. ആ മുക്തമായ അവസ്ഥയിൽ മാത്രമേ സത്യമെന്താണെന്ന് ഒരുവന് അറിയുവാൻ കഴിയുകയുള്ളു. അവ രണ്ടും യഥാർത്ഥത്തിൽ രണ്ട് വ്യതിരിക്തങ്ങളായ കാര്യങ്ങളല്ല, മറിച്ച് ഒരേ നാണയത്തിന്റെ രണ്ട് വശങ്ങൾ മാത്രമാണ്- മോക്ഷവും സത്യവും.

പ്രഭാതമനനം

ശാന്തി രണ്ടുവിധത്തിൽ സാധ്യമാണ്. ഒന്ന് അത് പുറമെ നിന്ന് വളർത്തിയെടുക്കലാണ്. ഇതൊരു മിഥ്യ യായ ശാന്തിയാണ്; അതൊരു മുഖംമൂടി മാത്രമാണ്. നിങ്ങൾ വിവേചനബുദ്ധിയുള്ളവനായി കാണപ്പെടും. എന്നലത് ഉപരിതലത്തിൽ മാത്രമാണ്, ആഴത്തിൽ അവിടെ ഭ്രാന്താണ്. ഈ ശാന്തിയല്ല ഞാൻ പഠിപ്പി ക്കുന്നത്. ഇതാണ് സംഘടിതമതങ്ങളെന്ന് പറയപ്പെ ടുന്നവ പഠിപ്പിച്ചുപോരുന്ന ശാന്തി.

അവർ നിങ്ങളെ അടിച്ചമർത്തുവാൻ പഠിപ്പിക്കു ന്നു, അവർ നിങ്ങളെ ചില ശീലങ്ങൾ പഠിപ്പിക്കുന്നു, ഇച്ഛാശക്തിയിലൂടെ നിശ്ചിതമായ സ്വഭാവഗുണങ്ങൾ സൃഷ്ടിക്കുവാൻ പഠിപ്പിക്കുന്നു. എന്നാൽ ഇച്ഛാശ ക്തിയിലൂടെ നേടിയെടുക്കുന്നതെന്തും അഹംബോ ധത്തിലൂടെ നേടിയെടുക്കുന്നതാണ്. അതിന് അധികം ആഴത്തിൽ പോകുവാനാവില്ല- അഹംബോധം തന്നെ വളരെ ഉപരിപ്ലവമായ ഒരു പ്രതിഭാസമാണ്. അതിന് നിങ്ങൾക്കൊരു മനോഹരമായ മുഖാവരണം നൽകു വാൻ കഴിയും, അത്രമാത്രം.

ശാന്തി പ്രാപിക്കുവാനുള്ള രണ്ടാമത്തെ മാർഗ്ഗം ധ്യാനമാണ്: ശാന്തി വളർത്തിയെടുക്കലല്ല, മറിച്ച് ചിന്തകളെക്കുറിച്ചുള്ള അവബോധം വളർത്തിയെടു ക്കലാണിത്. നിങ്ങൾ എന്താണ് ചെയ്യുന്നത്, ചിന്തി ക്കുന്നത്, അനുഭവിച്ചറിയുന്നത് എന്നതിനെക്കുറി ച്ചുള്ള അവബോധം- ഒരു ത്രിമാനമായ അവബോധം. ഒരു മാനം പ്രവൃത്തിയുടേതും, രണ്ടാമത്തെ മാനം ചിന്തയുടേതും, മൂന്നാമത്തെ മാനം അനുഭവിച്ചറിയ ലിന്റേതും. ഈ മാനങ്ങളെയെല്ലാം നിശ്ശബ്ദമായി, യാതൊരു വിധി കല്പ്പിക്കലുമില്ലാതെ നിരീക്ഷിക്ക

പ്പെടേണ്ടതുണ്ട്. പതുക്കപതുക്കെ, ഒരു ദിവ്യാത്ഭുതം സംഭവിച്ചു തുടങ്ങുന്നു: നിങ്ങൾ എത്രകണ്ട് നിരീക്ഷിക്കുന്നുവോ നിരീക്ഷിക്കുവാനുള്ളത് അത്രകണ്ട് കുറയുന്നു. നിങ്ങളുടെ നിരീക്ഷകത്വം പരിപൂർണ്ണമായിത്തീരുമ്പോൾ, നിങ്ങളുടെ മനസ്സ് തികച്ചും നിലയ്ക്കുന്നു. തീർത്തും നിന്നു പോകുന്നു. മനസ്സിന്റെ ആ നിലയ്ക്കലിലാണ് ശാന്തി. ശാന്തി വന്നു ചേരുന്നത് ധ്യാനത്തിന്റെ ഉപോത്പന്നമായിട്ടാണ്. അപ്പോൾ അത് സത്യമാണ്. അപ്പോൾ അത് നിങ്ങളും അസ്തിത്വവും തമ്മിലുള്ള ഒരു പാലമായിരിക്കും.

27

പ്രദോഷമനനം

ഇപ്പോൾ ആന്തരികത്വത്തിന് കൂടുതൽ കൂടുതൽ ഊന്നൽ നൽകുന്നതിൽ, ആന്തരികത്വത്തിന് കൂടുതൽ കൂടുതൽ സമയവും ഇടവും നൽകുന്ന കാര്യത്തിൽ ഏറെ ശദ്ധ വെയ്ക്കുക. അത് ഒരു സ്മരിക്കലിന്റെ പ്രശ്നം മാത്രമാണുതാനും. പതുക്കെ പതുക്കെ നിങ്ങളുടെ അവബോധം ഒരു വളവ് തിരിയുന്നു. നിങ്ങൾ നിങ്ങളെത്തന്നെ അഭിമുഖീകരിക്കാൻ തുടങ്ങുമ്പോൾ ഏറ്റവും മഹത്തായ ഒരു പ്രതിഭാസത്തെയാണ് നിങ്ങൾ അഭിമുഖീകരിക്കുന്നത്. അത് ജീവിതത്തിലെ ഏറ്റവും അനർഘവും ഏറ്റവും മനോഹരവുമായ അനുഭവമാകുന്നു. എന്തുകൊണ്ടെന്നാൽ നിങ്ങൾ ജീവിതത്തെ അതിന്റെ ഉള്ളിൽ അടങ്ങിയിട്ടുള്ള ശാലീനതയിലും സൗന്ദര്യത്തിലും നേരിട്ട് കാണുകയാണ്.

പ്രഭാതമനനം

ധ്യാനം നിർമ്മനത്തിന്റെ ഒരു അവസ്ഥയാണ്. അത് മനസ്സിന്റെ കേന്ദ്രത്തിലുമല്ല, പുറംപരിധിയിലുമല്ല. അത് കേവലം മനസ്സിന്റേതേ അല്ല. അത് മനസ്സിനെ പുറത്തുനിന്ന് നിരീക്ഷിക്കലാകുന്നു. അത് തന്നെയാണ് കൃത്യമായും ഇംഗ്ലീഷിലെ 'എക്സ്റ്റസി' (Ecstasy)എന്ന വാക്കിന്റെ അർത്ഥം -പുറത്തു നിൽക്കുക. മനസ്സിൽ നിന്ന് പുറത്ത് നിൽക്കലത്രേ, ആനന്ദാതിരേകം.

അതു തന്നെയാണ് ധ്യാനവും. കേവലം പുറത്തുനിന്നുള്ള ഒരു നിരീക്ഷകനായി വർത്തിക്കൽ, ഇനി ഒരിക്കലും ഒരു പങ്കാളിയല്ലാതെ, മനസ്സുമായി താദാത്മ്യം പ്രാപിക്കാതെ- ഒരുവൻ കേവലം റോഡിനരികിലെ ഒരു വൃക്ഷച്ചുവട്ടിലിരുന്നുകൊണ്ട് റോഡിലൂടെ കടന്നുപോകുന്ന ഗതാഗതത്തെ നിരീക്ഷിക്കുന്നതുപോലെ: ആരു കടന്നുപോകുന്നു എന്നതല്ല വിഷയം;. ഒരുവൻ കേവലം എന്തെല്ലാം സംഭവിക്കുന്നുവോ, അതെല്ലാം നിരീക്ഷിക്കുന്നു, യാതൊരു ഇഷ്ടമോ അനിഷ്ടമോ കൂടാതെ; യാതൊരു ന്യായീകരണമോ യാതൊരു അഭിമാനമോ കൂടാതെ. യാതൊരു മുൻവിധിയും കൂടാതെ നിരീക്ഷിക്കുക മാത്രം ചെയ്യുക. നിന്ദനമോ അഭിനന്ദനമോ കൂടാതെ ഒരുവന് തന്റെ മനസ്സിനെ നിരീക്ഷിക്കുവാൻ കഴിയുമ്പോൾ; ഇതു നല്ലത് എന്നോ അത് നന്നല്ല എന്നോ പറയാതെ, അതിനെ അഗാധമായ നിശ്ശബ്ദതയിൽ നിരീക്ഷിക്കുവാൻ കഴിയുമ്പോൾ, അതാണ് ധ്യാനം.

ധ്യാനത്തോടൊപ്പം ഒരു ദിവ്യാത്ഭുതം സംഭവിക്കുന്നു. ധ്യാനത്തോടൊപ്പം മാത്രമേ അത് സംഭവി

ക്കുന്നുമുള്ളു: മനസ്സ് അപ്രത്യക്ഷമാകുന്നു. പതുക്കെ പതുക്കെ, അത് അകന്നകന്ന് പോകുന്നു. പതുക്കെ പതുക്കെ, അതിന്റെ അകലെ നിന്നുവരുന്ന ശബ്ദങ്ങൾ മാത്രമേ നിങ്ങൾ കേൾക്കുന്നുള്ളു. അങ്ങനെയിരിക്കെ പൊടുന്നനെ ഒരു നിമിഷം വന്നുചേരുന്നു – അവിടെ മനസ്സില്ല. അത് മാഞ്ഞു പോയിരിക്കുന്നു. അത് ക്ഷയിച്ചില്ലാതായിരിക്കുന്നു.

അങ്ങനെ മനസ്സില്ലാതിരിക്കുകയും മനസ്സിനെ കൂടാതെ നിങ്ങൾ തനിച്ചായിത്തീരുകയും ചെയ്യുമ്പോൾ, ആ പരിമളം വമിക്കപ്പെടുന്നു. നിങ്ങൾ സ്വഭവനത്തിലെത്തിയിരിക്കുന്നു, നിങ്ങൾ സഫലീകൃതനായിരിക്കുന്നു. നിങ്ങളുടെ സത്തയുടെ സഹസ്രദളപത്മം വിടർന്നിരിക്കുന്നു. നിങ്ങൾ നിങ്ങളുടെ സൗരഭ്യം അസ്തിത്വത്തിന് സമർപ്പിച്ചിരിക്കുന്നു. അതാണ് പ്രാർത്ഥന. അത് മാത്രമാണ് നമുക്ക് അസ്തിത്വത്തിന് നൽകാൻ കഴിയുന്ന പാരിതോഷികം, അതുമാത്രമാണ് അസ്തിത്വത്തിന് സ്വീകരിക്കുവാൻ കഴിയുന്ന ഒരേയൊരു പാരിതോഷികം.

പ്രദോഷമനനം

മനുഷ്യൻ ഭൂജാതനായിരിക്കുന്നത് അവന്റെ ഉള്ളിൽ ദൈവികതയുടെ വളരെ നേർത്ത ഒരു തിരി നാളവുമായിട്ടാണ്. എന്നാൽ അത് അന്ധകാരത്തിന്റെ അനവധി പടലങ്ങൾക്കു പിന്നിൽ മറഞ്ഞിരിക്കുകയാണ്. അതിനാൽ ഒരുവൻ തന്റെ സത്തയ്ക്കുള്ളിലേക്ക് പ്രവേശിക്കുമ്പോൾ, ആദ്യമായി അവന് അന്ധകാരത്തിന്റെ ഒരു ഘോരവനത്തിലൂടെ കടന്നുപേകേണ്ടതുണ്ട്- അതു തന്നെയാണ് പലരെയും അതിൽ നിന്ന് പിന്തിരിപ്പിക്കുന്നത്. പലരും ഉള്ളിലേക്ക് പോകുവാൻ ശ്രമിക്കാറുണ്ട്. പക്ഷെ അവരെല്ലാം വീണ്ടും പുറത്തേക്ക് തന്നെ രക്ഷപ്പെടുന്നു. കാരണം ആ അന്ധകാരം അവരെ ശരിക്കും പേടിപ്പെടുത്തുന്നു. അത് മരണത്തെപ്പോലെ തോന്നിക്കുന്നു.

ക്രൈസ്തവ ഋഷിവര്യന്മാർ അതിന് ശരിയായ പേരാണ് നൽകിയിരിക്കുന്നത്: ആത്മാവിന്റെ ഇരുണ്ട രാത്രി. പക്ഷെ ഒരുവൻ ആ ഇരുണ്ട രാത്രിയിലൂടെ കടന്നുപോകേണ്ടതുണ്ട്. അല്ലാത്തപക്ഷം പ്രഭാതമില്ല. ആ ഇരുളടഞ്ഞ രാത്രിയാണ് പ്രഭാതത്തിന് വേണ്ടിയുള്ള ഗർഭപാത്രം. ആ അന്ധകാരത്തിലൂടെ കടന്നുപോകവെ നിങ്ങളെ സഹായിക്കുവാൻ യഥാർത്ഥത്തിൽ ഒരു ഗുരു ആവശ്യമുണ്ട്. ഒരിക്കൽ നിങ്ങൾക്ക് നിങ്ങളുടെ സ്വന്തമായ വെളിച്ചം ദർശിക്കുവാൻ കഴിഞ്ഞാൽ പിന്നീട് ഒരു സഹായത്തിന്റെയും ആവശ്യമില്ല. ഗുരുവിനോട് നിങ്ങൾക്ക് കൃതജ്ഞതയുണ്ട്. എന്നാൽ ഇപ്പോൾ നിങ്ങൾ സ്വഭവനത്തിൽ എത്തിയിരിക്കുന്നു, യാത്ര പൂർത്തിയായിരിക്കുന്നു.

പ്രഭാതമനനം

അഗാധമായ വിശ്രാന്തിയിൽ മാത്രമേ ധ്യാനത്തിന് പുഷ്പീകരിക്കുവാൻ സാധ്യമാവുകയുള്ളു. വിശ്രാന്തിയാണ് ധ്യാനത്തിന് സംഭവിക്കാനുള്ള ശരിയായ മണ്ണ്. ധ്യാനം മനസ്സിന്റെ കേന്ദ്രീകരണമല്ല. ഓർക്കുക, കേന്ദ്രീകരിക്കൽ ഒരു പരിശ്രമമാണ്; അതിന് വിശ്രാന്തമാകുവാൻ സാധ്യമല്ല. അത് പിരിമുറുക്കമാണ്. അതിന് വിശ്രമപൂർണ്ണമായിരിക്കുവാൻ സാധ്യമല്ല. കേന്ദ്രീകരണം എന്നുവെച്ചാൽ നിങ്ങൾ നിങ്ങളുടെ മാനസിക ഊർജ്ജങ്ങളെയെല്ലാം ഒരു ബിന്ദുവിലേക്ക് ഫോക്കസ് ചെയ്ത് കൊണ്ടുവരികയും മറ്റുള്ളതെല്ലാം ഒഴിവാക്കുകയും ചെയ്യുന്നു എന്നർത്ഥം. അത് ഒരു ഭയങ്കരമായ പരിശ്രമമാണ്, ക്ഷീണിപ്പിക്കുന്നതാണ്. ശാസ്ത്രത്തിൽ അത് ഉപയോഗപ്രദമായിരിക്കും. ശാസ്ത്രം പ്രവർത്തിക്കുന്നത് കേന്ദ്രീകരണത്തിലൂടെയാണ്. കാരണം ശാസ്ത്രമൊരിക്കലും മനസ്സിനപ്പുറം പോകുന്നില്ല. മനസ്സാകട്ടെ അതിന്റെ ഉച്ചകോടിയിലും ഉച്ചസ്ഥായിയിലും പ്രവർത്തിക്കുന്നത് അത് കേന്ദ്രീകരിക്കപ്പെടുമ്പോഴാണ്. അത് സ്വാഭാവികമാണ്. കാരണം എല്ലാ ഊർജ്ജങ്ങളും ഒരൊറ്റ ബിന്ദുവിൽ തളംകെട്ടി നിൽക്കുന്നു.

മതം എന്നത് മനസ്സിനപ്പുറം പോകുവാനുള്ള ഒരു ശ്രമമാണ്. അവിടെ കേന്ദ്രീകരണം സഹായകമാകുന്നില്ല. അതിനാൽ കേന്ദ്രീകരണവും ധ്യാനവും ഒരേ അർത്ഥമുള്ള പദങ്ങളല്ല. അവ പര്യായങ്ങളല്ല എന്നു മാത്രമല്ല അന്യോന്യം ധ്രുവാത്മകവിപരീതങ്ങളുമാണ്. ധ്യാനമെന്നത് സമ്പൂർണ്ണമായ ഒരു വിശ്രാന്താവസ്ഥയാണ്. മനസ്സ് ഉരുകത്തക്കവിധം അത്രയും വിശ്രാന്തം. കേന്ദ്രീകരണത്തിലാകട്ടെ, അത് കൂടുതൽ

കൂടുതൽ ശക്തമായിത്തീരുന്നു- എത്രമാത്രം കേന്ദ്രീകരിക്കപ്പെടുന്നുവോ അത്രയും ശക്തമാകുന്നു അത്- വിശ്രാന്തിയിൽ അത് കൂടുതൽ കൂടുതൽ ദുർബലമായിത്തീരുകയാണ് ചെയ്യുന്നത്. കാരണം അവിടെ ഒന്നും ഒഴിവാക്കപ്പെടുന്നില്ല, എല്ലാം അവിടെ ഉൾക്കൊള്ളുന്നു. അവിടെ പിരിമുറുക്കവുമില്ല, കഠിനപരിശ്രമവുമില്ല. അതിന്റെ ആവശ്യമില്ല. നിങ്ങൾ സ്വയം കേന്ദ്രീകരിക്കുവാൻ ശ്രമിക്കാത്തതിനാൽ പിരിമുറുക്കത്തിന്റെ ആവശ്യമില്ല. നിങ്ങൾ കേവലം തുറന്നും സുലഭ്യമായും വർത്തിക്കുന്നു. ആ സുലഭ്യത, അസ്തിത്വത്തിനു നേരെയുള്ള ആ തുറന്നിരിക്കൽ, അതാണ് ധ്യാനം. അതിന് വളരെ വിശ്രമപൂർണ്ണവും വിശ്രാന്തവുമായ ഒരു പശ്ചാത്തലമാണ് ആവശ്യം

അതുകൊണ്ട് നിങ്ങൾക്ക് സമയമുള്ളപ്പോഴെല്ലാം വിശ്രാന്തനാവുക. ചുറ്റും സംഭവിക്കുന്നതിനെക്കുറിച്ചെല്ലാം കേവലം ജാഗരൂകനാവുക: ദൂരെ കുരയ്ക്കുന്ന പട്ടി, ശണ്ഠകൂടുന്ന അയൽവാസികൾ, ഗതാഗതത്തിന്റെ ശബ്ദം.... ഒന്നുംതന്നെ ഒരു അലോസരമായി എടുക്കരുത്. ധ്യാനത്തിൽ യാതൊന്നും അലോസരമല്ല. നിങ്ങൾ കേന്ദ്രീകരിക്കുവാൻ ശ്രമിക്കുകയാണെങ്കിൽ മാത്രമേ അലോസരമുണ്ടാകുവാൻ പോകുന്നുള്ളൂ. അതിനാൽ യാതൊന്നിനും നിങ്ങളെ ശല്യപ്പെടുത്തുവാൻ കഴിയില്ല, യാതൊന്നിനും നിങ്ങളെ വ്യതിചലിപ്പിക്കുവാനും സാധ്യമല്ല; എല്ലാം ആഗിരണം ചെയ്യപ്പെടുന്നു.

ആ തുറന്നിരിക്കലിൽ മനസ്സ് പതുക്കെ അപ്രത്യക്ഷമാകാൻ, ആവിയായി പോകുവാൻ തുടങ്ങുകയും നിർമ്മനത്തിന്റെ അല്പ്പം ചില ക്ഷണികദർശനങ്ങൾ വന്നു തുടങ്ങുകയും ചെയ്യുന്നു. അവ മഹത്തായ അനുഭവങ്ങളാണ്. പതുക്കെപതുക്കെ ഒരു ദിനം അത് സംഭവിക്കുന്നു. അതായത് നിങ്ങൾ മനസ്സിന് പുറത്തായിരിക്കുന്നു, പൂർണ്ണമായും പുറത്തായിരിക്കുന്നു. നിങ്ങൾ അപ്പുറം പോയിരിക്കുന്നു. അതിനാൽ ചിലപ്പോൾ ഋഷികൾ ഏതാണ്ട് ഭ്രാന്തന്മാരെപ്പോലെ തോന്നിക്കുന്നു. കാരണം ഭ്രാന്തന്മാരാണ് മനസ്സിന് പുറത്ത് പോകുന്നത്. അവർ മനസ്സിന് താഴേക്ക്

പതിക്കുന്നു, എന്നാൽ ഋഷിമാർ മനസ്സിനപ്പുറം പോവുകയാണ്. രണ്ടു കൂട്ടർക്കും വ്യത്യസ്തരീതികളിലാണ്, വ്യത്യസ്തദിശകളിലാണ് മനസ്സ് നഷ്ടമാകുന്നത്. എന്നാൽ ഒരു കാര്യം സമാനമായുണ്ട്. അതുകൊണ്ട് ഋഷിമാർ ഒരല്പം ഭ്രാന്തന്മാരായി കാണപ്പെട്ടേക്കാം. തിരിച്ചുമാകാം: ഭ്രാന്തന്മാർ ഒരല്പം ഋഷിതുല്യരായും കാണപ്പെട്ടേക്കാം.

പ്രദോഷമനനം

നിങ്ങൾക്ക് സമയം കിട്ടുമ്പോഴെല്ലാം ബാഹ്യത്തെ വിസ്മരിക്കുക; അത് ഉപരിപ്ലവമാണ്. ആന്തരികത്തിന്റെ ആഴങ്ങളിലേക്ക് മുങ്ങിയിറങ്ങുക; അവിടെ നിങ്ങൾ ആ വെളിച്ചം കണ്ടെത്തും: നമ്മുടെ ജീവിതം തന്നെയായ വെളിച്ചം, നമ്മളെല്ലാം നിർമ്മിതമായിട്ടുള്ള തന്തുവായ വെളിച്ചം; ഈ പ്രപഞ്ചം മുഴുവനും നിർമ്മിതമായിട്ടുള്ളത് എന്തിനാലാണോ ആ വെളിച്ചം.

പഴയകാലത്ത് ആ തന്തു ദൈവം എന്ന് വിളിക്കപ്പെട്ടിരുന്നു. ഇപ്പോൾ ആ പദം ഒരല്പം അപകടകാരിയായിത്തീർന്നിരിക്കുന്നു. ആളുകൾക്ക് ആ പദം ഇഷ്ടമല്ല. അത് ഒരല്പം പഴഞ്ചനായി തോന്നുന്നു. അതിന് പൗരോഹിത്യത്തിന്റെ, പള്ളികളുടെ ഗന്ധമുണ്ട്, ആ ഗന്ധം നല്ലതല്ല.

അതിനാൽ നിങ്ങൾ ആന്തരികത്തിൽ ദൈവത്തെ കണ്ടുമുട്ടുമെന്ന് ഞാൻ പറയുന്നില്ല. പക്ഷെ എനിക്കത് നിരാകരിക്കാൻ കഴിയില്ല. നിങ്ങൾ കണ്ടുമുട്ടുക തന്നെ ചെയ്യും! ആ വെളിച്ചമാണ് ദൈവം എന്നത്. അവൻ നിത്യമായതെന്തോ ആണെന്ന്, യാതൊന്നിനാലും നശിപ്പിക്കപ്പെടാൻ കഴിയാത്തതെന്തോ ആണെന്ന് ഒരുവൻ അറിയാത്തിടത്തോളം, അവൻ പുറം പരിധിയിൽ ആകസ്മികനായിത്തന്നെ നിലകൊള്ളും.

പ്രഭാതമനനം

ധ്യാനമില്ലാത്ത ഒരു മനുഷ്യൻ ശരാശരിയിൽ താഴെയായിത്തീരുന്നു. അവന്റെ അവബോധത്തിന് തുരുമ്പ് പിടിക്കുന്നു. അവന്റെ അവബോധം പൊടി പിടിച്ചുപോകുന്നു. അവന് എല്ലാ തെളിച്ചവും നഷ്ടമാകുന്നു, എല്ലാ ധൈഷണികതയും നഷ്ടമാകുന്നു. പതുക്കെപ്പതുക്കെ, താനാരെന്ന് അവൻ പൂർണ്ണമായും മറക്കുന്നു. അവൻ അത്യധികം മന്ദബുദ്ധിയായിത്തീരുന്നു- മന്ദബുദ്ധിത്വത്തിന്റെ പാരമ്യമാണത്: നിങ്ങൾ ആരെന്ന് മറന്നു പോകുന്നത്. മനുഷ്യരാശിക്ക് മുഴുവനും സംഭവിച്ചിട്ടുള്ളത് അതാണു താനും.

ധ്യാനത്തിലൂടെ അവബോധത്തിന് മൂർച്ചകൂട്ടുവാൻ കഴിയും, പൊടിപടലങ്ങൾ നീക്കം ചെയ്യുവാൻ കഴിയും, തുരുമ്പ് തേച്ച് കളയുവാൻ കഴിയും. നിങ്ങളുടെ ദർപ്പണത്തിന് വീണ്ടും തെളിച്ചമുള്ളതാകുവാൻ കഴിയും. അങ്ങനെ നിങ്ങളുടെ അവബോധം തിളക്കമുള്ളതാകുമ്പോൾ അത് യാഥാർത്ഥ്യത്തെ പ്രതിഫലിപ്പിക്കുന്നു. ദൈവം എന്നത് യാഥാർത്ഥ്യത്തിന്റെ മറ്റൊരു പേരാണ്. ദൈവത്തെ അറിയുക എന്നാൽ എല്ലാം അറിയുകയാണ്. ദൈവത്തെ അറിയാതിരിക്കുക എന്നത് അജ്ഞതയിൽ, അന്ധകാരത്തിൽ, മരണത്തിൽ ജീവിക്കലാകുന്നു.

പ്രദോഷമനനം

മതം എന്നാൽ സമ്പൂർണ്ണതയിലേക്ക് സ്വയം അലിഞ്ഞില്ലാതാകുന്നതിന്റെ ലളിതമായ കലയല്ലാതെ മറ്റൊന്നുമല്ല. സമ്പൂർണ്ണതയെ (Whole) ആണ് ദൈവം എന്ന് വിളിക്കപ്പെടുന്നത്. അതുകൊണ്ടാണ് ദൈവത്തെ സാക്ഷാത്കരിച്ചിട്ടുള്ളവനെ വിശുദ്ധൻ (Holy) എന്നു വിളിക്കുന്നത്. അവൻ സമ്പൂർണ്ണനായിത്തീർന്നിരിക്കുന്നു, അവൻ ഇനിമേൽ വ്യതിരിക്തനല്ല. വ്യതിരിക്തനായിരിക്കുക എന്ന മണ്ടൻ ആശയം അവൻ ഉപേക്ഷിച്ചിരിക്കുന്നു. അവൻ ഇനി ഒരിക്കലും ഒരു മഞ്ഞുകട്ടയെപ്പോലെ വേർപ്പെട്ടിരിക്കുകയില്ല, അവൻ ഉരുകുകയും സമുദ്രത്തിൽ വിലയം പ്രാപിക്കുകയും ചെയ്തിരിക്കുന്നു. ആ നിമിഷമാണ് മഹത്തായ പരമാനന്ദത്തിന്റെ നിമിഷം. അതിനുശേഷം ഒരുവന് ഒരിക്കലും ആ പരമാനന്ദത്തിൽ നിന്ന് താഴേക്കിറങ്ങുവാൻ കഴിയുകയില്ല- വീണ്ടും താഴോട്ട് വീഴുവാൻ ഒരു മാർഗ്ഗവുമില്ല. അവൻ ദുഃഖിതനാകുവാൻ ആഗ്രഹിച്ചാൽപോലും അവനത് സാധിക്കുകയില്ല.

ഒരു അഹംബോധത്തെപ്പോലെ ജീവിക്കുന്ന ഒരു സാധാരണ വ്യക്തി ആനന്ദവാനാകുവാൻ വേണ്ടി കഠിനശ്രമം നടത്തുന്നു. എന്നാൽ അവന് അതിന് കഴിയുന്നില്ല. അവൻ ദുഃഖിതനായിത്തന്നെ നിലകൊള്ളുന്നു. സമർപ്പിതനായ വ്യക്തി, അവൻ ദുഃഖിതനാകുവാൻ ശ്രമിക്കുകയാണെങ്കിൽപോലും അവന് അതിന് കഴിയുകയില്ല. സമർപ്പണത്തിന്റെ അനന്തര ഫലമാണ് പരമാനന്ദം. പ്രതിരോധത്തിന്റെ അനന്തര ഫലം ദുഃഖവും.

പ്രഭാതമനനം

തീർത്തും ബധിരരായ അല്പം ചിലരൊഴികെ എല്ലാവരും കരുതുന്നത് തനിക്ക് ശ്രവണശേഷി ഉണ്ടെന്നാണ്. അന്ധന്മാരായ അല്പം ചിലരൊഴികെ, എല്ലാവരും വിചാരിക്കുന്നത് തനിക്ക് ദർശനശേഷി ഉണ്ടെന്നാണ്. എന്നാൽ ഇത് ശരിയല്ല. ശരിയായ ശ്രവണമെന്നാൽ അഗാധമായ പ്രേമത്തോടും സഹഭാവത്തോടും കൂടി ശ്രദ്ധിക്കലെന്നാണർത്ഥം. ഒരാൾ എതിർപ്പുള്ള രീതിയിൽ ശ്രദ്ധിക്കാം, മുൻകൂട്ടി തയ്യാറാക്കിയ നിഗമനങ്ങളോടു കൂടി ശ്രദ്ധിക്കാം; ഒരുവൻ എല്ലാ മുൻധാരണകളോടും കൂടി, മനസ്സിന്റെ എല്ലാവിധ അനുശീലനങ്ങളോടും കൂടി ശ്രദ്ധിക്കാം. എന്നാൽ അതൊന്നും ശരിയായ ശ്രദ്ധിക്കലല്ല.

എന്നാൽ പ്രേമത്തിന് അതെല്ലാം ഒരു വശത്തേക്ക് മാറ്റി വെക്കുവാനുള്ള പ്രാപ്തിയുണ്ട്. പ്രേമത്തിന് നിശ്ശബ്ദതയിൽ ശ്രദ്ധിക്കുവാനുള്ള ശേഷി ഉണ്ട്. അപ്പോൾ ഏത് കാര്യത്തിനും ബോധപ്രാപ്തിയുടെ പ്രക്രിയക്ക് ആക്കം കൂട്ടുവാൻ കഴിയും. മേൽക്കൂരയിൽ വീണുകൊണ്ടിരിക്കുന്ന ഈ മഴയുടെ ശബ്ദം... ഒരുവന് ശരിയായി ശ്രദ്ധിക്കുവാൻ കഴിയുമെങ്കിൽ- യാതൊരാശയവും കൂടാതെ, വ്യാഖ്യാനിക്കുവാനുള്ള യാതൊരു മോഹവും കൂടാതെ, മനസ്സിലാക്കുവാനുള്ള യാതൊരു ശ്രമവും കൂടാതെ- അപ്പോൾ ഇത് തന്നെ മതിയാകും. അപ്പോഴത് തീർച്ചയായും മേൽക്കൂരയിൽ വീഴുന്ന മഴയല്ല എന്ന് നിങ്ങൾ കണ്ടെത്തും. അത് ദൈവം തന്നെയാണെന്ന് നിങ്ങൾ കണ്ടെത്തും. അപ്പോൾ പൈൻമരങ്ങൾക്കിടയിലൂടെ തെന്നി നീങ്ങുന്ന ഇളംകാറ്റ് പൈൻമരങ്ങൾക്കിടയിലൂടെ നീങ്ങുന്ന ദൈവമാകുന്നു; പാഞ്ഞൊഴുകുന്ന വെള്ളം.... എന്ത് കാര്യവും.... നിങ്ങൾ എന്താണ് ശ്രദ്ധിച്ചുകൊണ്ടിരിക്കുന്നത് എന്നതിന്റെ പ്രശ്നമല്ല അത്, അടിസ്ഥാനപരമായ പ്രശ്നം നിങ്ങൾ എങ്ങനെ ശ്രദ്ധിക്കുന്നു എന്നുള്ളതാണ്. പ്രേമത്തോടെ ശ്രദ്ധിക്കുക, അപ്പോൾ സത്യം അതിവിദൂരത്തിലല്ല.

പ്രദോഷമനനം

ഒരിക്കൽ നിങ്ങളുടെ ആന്തരികപ്രകാശം കണ്ടെത്തിക്കഴിഞ്ഞാൽ നിങ്ങളുടെ ജീവിതം ശുദ്ധമായ പരമാനന്ദമല്ലാത മറ്റൊന്നുമല്ല. അത് നിങ്ങൾക്ക് മാത്രമുള്ള പരമാനന്ദമല്ല, അത് പൊട്ടിപ്പടർന്നു കൊണ്ടിരിക്കുന്ന ഒന്നായിത്തീരുന്നു. അത് മറ്റുള്ളവരെയും ബാധിക്കുവാൻ തുടങ്ങുന്നു. സ്വീകൃതത്വം ഉള്ളവരായ ആളുകൾക്ക് ചില അനുഭൂതികൾ ഉണ്ടാകാൻ തുടങ്ങുന്നു, അത്തരക്കാർ അവരുടെ അടുത്തെത്തുമ്പോൾ അവരുടെ ഹൃദയങ്ങൾ പ്രതിചലിക്കും. അവരുടെ സത്തകളിൽ ചില മണിനാദങ്ങൾ മുഴങ്ങുവാൻ തുടങ്ങും.... ഒരുതരം സ്വരലയം. ഒരു മനുഷ്യൻ ആനന്ദവാനായിത്തീരുന്നത് ആയിരക്കണക്കിനാളുകളിൽ ആ പ്രക്രിയക്ക് ആക്കം കൂട്ടുവാൻ ഇടയാക്കുന്നു. അതിനാൽ എന്റെ താല്പര്യം സമൂഹത്തിലല്ല, വ്യക്തികളിലാണ്. എനിക്ക് കുറച്ച് സഹസ്രം ആളുകളെ പരിവർത്തിപ്പിക്കുവാൻ കഴിയുമെങ്കിൽ അതു മതി– അവർ വീണ്ടും ആയിരങ്ങൾക്ക് തീ കൊളുത്തും. അത് അന്തമില്ലാത്ത ഒരു പ്രക്രിയയായിരിക്കും. അതങ്ങനെയങ്ങനെ തുടർന്നുകൊണ്ടിരിക്കും.

Notes

www.ingramcontent.com/pod-product-compliance
Lightning Source LLC
LaVergne TN
LVHW040812051026
849519LV00007BA/2612